AF518894

വിശാൽ റാം

എറണാകുളം തൃപ്പൂണിത്തുറ സ്വദേശി, അച്ഛൻ രാമസ്വാമി, അമ്മ വിശാലം, തൃപ്പൂണിത്തുറ സംസ്കൃത സ്കൂൾ, സംസ്കൃത കോളേജ് ഇവിടങ്ങളിൽ വിദ്യാഭ്യാസം. നാടക, സിനിമാ പ്രവർത്തകനാണ്.

Copyright © 2022 Vishaal Ram

Published by Booksthakam
Booksthakam India, 4B Muthoot Rainbow, AKG Nagar, Peroorkada
Thiruvananthapuram, Kerala 695005, India

info@booksthakam.com
www.booksthakam.com

Avalidangal

A Booksthakam Book / published by arrangement with the author
All rights reserved

No part of this book may be reproduced, or stored in a retrieval system, or transmitted in any form or by any means, electronic, mechanical, photocopying, recording, or otherwise, without express written permission of the publisher.

ISBN-13: 978-81-950370-5-6

Cover Design: Ajeesh Kumar G

അവളിടങ്ങൾ

കഥകൾ

വിശാൽ റാം

BOOKSTHAKAM
TRANSCENDING BOUNDARIES

സമർപ്പണം

അമ്മ എന്ന സ്നേഹത്തിന്
അച്ഛൻ എന്ന കരുതലിന്
അനുഭവം എന്ന ഗുരുവിന്
മതങ്ങൾക്കപ്പുറത്തെ ദൈവത്തിനും

നന്ദി

എഴുതാനുള്ള ശ്രമങ്ങളിൽ ഉപദേശനിർദ്ദേശങ്ങൾ നൽകി കൂടെ നിന്ന എല്ലാവർക്കും.

ഇടങ്ങൾ

ഒരു കഥക്കാലം തളിർക്കുമ്പോൾ 11
(എലി)സാ വിക്ടോറിയ 15
ലസോന്ത സോസിം ബറനീസ് 21
കോൺക്രീറ്റ് കാട്ടിലെ പുഴു 27
മിസ്സിസ്സ് എക്സ് 34
ലച്ചിയക്ക 41
സ്വപ്നസുന്ദരൻ 46
അ. അ. ഒരു വാർത്തയാകുന്നു 51
ആ മൂന്ന് ഇല്ലത്തരശികൾ 56
ജരിത 62
പെർഗുമ്തോ മലയിലെ പെൺപൂക്കും മരം 66

ഒരു കഥക്കാലം തളിർക്കുമ്പോൾ

ഒരു വിത്തങ്ങനെ മുളപൊട്ടി, ഒരു മരമങ്ങനെ തളിർത്തും, പൂത്തും, കായ്ച്ചും പടർന്നുപന്തലിച്ചും ഒരു വനമാകുന്ന കൈവഴിയാണ് കഥകളായി പിറവി കൊള്ളുന്നത്. ഓരോ വാക്കും ഓരോ ഇലകൾ, ഓരോ സന്ദർഭവും ഓരോ ഫലങ്ങൾ, ഓരോ കഥയും ഓരോ മരങ്ങൾ. വിശാൽ റാം ഒരുക്കിയ കഥകൾ ലളിത സുന്ദരമായ ഗരിമതിരണ്ടുനിൽക്കുന്ന വനഭൂമികയാണ്. നീരുറവകൾ അരുവിയും പുഴയുമായി പരിണാമപ്പെട്ട് കടലിന്റെ ജലലോകത്തെ പെറ്റിടുന്നതുപോലെ ഓരോ കഥയും ചേർന്ന് ഒരു കടലിവിടെ രൂപപ്പെട്ടിരിക്കുന്നു.

ഓരോ കഥയും കഥയുടെ വേരും പെണ്മയുടെ വഴിയിൽ കൊരുത്തതും കുരുങ്ങിയതും കൂടപ്പെട്ടതുമാണ്. കാഴ്ച്ചയിൽ, കാഴ്ച്ചയുടെ ഗതിയിൽ, വിധിയിൽ, രീതിയിൽ, സ്വഭാവത്തിൽ എല്ലാം കഥകൾ കയ്യേറുന്നത് പെണ്മയുടെ കടൽചോദനകളും ആഴക്കയങ്ങളും തീയാഴിച്ചൂടുകളും തന്നെയാണ്. പൂച്ചയായാലും മനുഷ്യനായാലും പെണ്മയുടെ രസതന്ത്രം പ്രകൃതിയുടെ താളവും പ്രപഞ്ചത്തിന്റെ അടിസ്ഥാനഘടനാധാരമായ ആരൂഢശിലയുമാണ്. വിശാൽ റാമിന്റെ കഥാലോകം പെണ്മയുടെ വൈവിധ്യങ്ങളിൽ ലോകത്തെ നോക്കിക്കാണുന്ന കണ്ണാടികൾ പോലെ അതിനാൽ പലപ്പോഴും വർത്തിക്കുന്നുണ്ട്.

കഥ പറയാൻ കണ്ണികൾ കോർത്തങ്ങനെ മുറുകിയിരിക്കുന്ന വാക്കുകളുടെ ഉടലൊത്ത നിരയുടെ സൗന്ദര്യം വേണം. വാക്കും പ്രയോഗവും ഭാഷയുടെ വന്യഭംഗി പേറുമ്പോൾ വായനയുടെ ആസ്വാദനതലം അനന്യസാധാരണമാം വിധം അതിമാനുഷപ്പെടും. പരിധിയോളം അതത്രയും ആവാഹിച്ചും ഭാഷയുടെ ഗണിതക്രിയകളിൽ കൃത്യമായ നിർദ്ധാരണപ്പെടലും കടന്നാണ് വിശാൽ റാം കഥകളുടെ ഭാഷയെ അണിയിച്ചൊരുക്കി നിർത്തിയിരിക്കുന്നത്. ഓരോ കഥ പറയാനും ഓരോ തലമുണ്ട്, താളമുണ്ട്, തരാതരം തിരിഞ്ഞ വഴികളുണ്ട്. അവ സുന്ദരമായ ഇണക്കുകണ്ണികളായി നിൽക്കുമ്പോഴാണ് അനായാസമായ വായന സാധ്യമാകുന്നത്. വിശാൽ റാമിന്റെ കഥകൾ എല്ലാം അനായാസമായ വായന സമ്മാനിക്കുന്നവയാണ്.

ചില ജീവിത സന്ദർഭങ്ങളെ, അവസ്ഥകളെ, ആശയങ്ങളെ വാക്യത്തിൽ പ്രയോഗിക്കുമ്പോൾ ഒരു കഥ ജനിക്കുന്നു. ഒരു കഥ ജനിക്കുമ്പോൾ ഒരാശയം, ഒരവസ്ഥ, ഒരു സന്ദർഭം പുനരവതരിക്കപ്പെടുന്നു. അവ പരസ്പര പൂരകങ്ങളായ ധ്രുവശക്തികൾ പോലെ കഥയുടെ അടിസ്ഥാനശിലയുടെ പണിയിൽ ഐക്യപ്പെട്ടുകിടക്കുന്നു. കഥ പണിയാൻ ഉപയോഗിക്കുന്ന ആശയങ്ങളും സന്ദർഭങ്ങളുമെല്ലാം പിണഞ്ഞും ഇണങ്ങിയും ഒരുമിക്കുമ്പോൾ ഭാഷയുടെ ആരൂഢം സുന്ദരമാകുമ്പോൾ കഥയുടെ പിറവികൂടുതൽ ഭംഗിപേറുന്നു. പെറ്റിടുന്ന കഥകൾ സ്വയം എഴുനേറ്റ് നിൽക്കുകയും പിച്ച വെക്കുകയും ക്രമേണ നടക്കുകയും ഓടുകയും ചെയ്യുന്നു. അങ്ങനെ

കഥ പ്രപഞ്ചപ്പെടുന്നു.. ലോകത്തേയ്ക്ക് കഥ കഥയെ നയിക്കുന്നു. ആശയങ്ങളിലും ഏറെക്കുറെ ഭാഷയിലും കൃത്യത പുലർത്താൻ വിശാൽ റാമിന് സാധിച്ചിരിക്കുന്നു എന്നത് അത്യധികം ആനന്ദം നൽകുന്ന കാര്യമാണ്.

കല കാലാതീതമായ ഒന്നാണ്. കഥകൾ പലപ്പോഴും കാലഘട്ടത്തിന്റെ നേർക്കാഴ്ചകൾ കൂടിയാണ്. കടന്നുപോകുന്ന കാലത്തിന്റെ ജീവിതാവസ്ഥകളും രാഷ്ട്രീയവും പ്രകൃതിയും എല്ലാം കഥകളിൽ ആവാഹനം ചെയ്യപ്പെട്ട് കിടക്കും. കഥയുടെ രാഷ്ട്രീയം അതിന്റെ ചരിത്രസ്വഭാവം കൂടിയാണ്. ചരിത്രസ്വഭാവമെന്നാൽ കഥ മുന്നോട്ട് വെക്കുന്ന രാഷ്ട്രീയവും ജീവിതവുമാണ്. വിശാൽ റാം കഥകളിൽ സമകാലിക ജീവിതത്തിന്റെ ഏടുകളും അതിന്റെ തൊങ്ങലുകളും ചെടിപ്പുകളും ആവർത്തനങ്ങളും പരിതസ്ഥിതികളും എല്ലാം അടങ്ങിയിട്ടുണ്ട്. ചർച്ച ചെയ്യുന്ന വിഷയങ്ങളിൽ പലപ്പോഴും ഒരാശയത്തെ, ഒരു സന്ദർഭത്തെ, ഒരു വികാരത്തെ, ഒരു ചിന്താധാരയെ കൃത്യമായ മട്ടിൽ വരച്ചിടാനും ഓരോ കഥകളിലും വിശാൽ റാമിന് സാധിച്ചിട്ടുണ്ട്.

ഈ കഥകൾ അനന്യസാധാരണമെന്ന അവകാശവാദങ്ങൾ യാതൊന്നുമില്ല. അത്രമേൽ സ്വാഭാവികമായ സാഹചര്യങ്ങളിലൂടെ രൂപപ്പെട്ടുവന്ന വായനക്ഷമതയുള്ള നല്ല കഥകളുടെ കൂട്ടായ്മയായി ഈ സമാഹാരത്തെ വിലയിരുത്താം. തീർച്ചയായും വായന വിരസമാകില്ല, മറിച്ച് ആസ്വാദ്യമാവുകതന്നെ ചെയ്യും. വിശാൽ റാമിനും വിശാൽ റാമിന്റെ കഥാലോകത്തിനും ആശംസകൾ.

വിപിൻ
9037001130

അവളിടങ്ങൾ

(എലി)സാ വിക്ടോറിയ

ഗോപേട്ടൻ കാലത്തേ കുളിച്ച് കുറിയും തൊട്ട് മഞ്ഞപ്പിടിയും നീലപ്പൂക്കളുമുള്ള വെള്ളക്കപ്പിൽ ലതേച്ചി ഉണ്ടാക്കിക്കൊടുത്ത ഏലക്കായിട്ട ചൂടു ചായ ഊതിയൂതിക്കുടിച്ച്, കൂടെ മൂന്നു ദോശ സാമ്പാറിലും ചമ്മന്തിയിലും മുക്കി കുഴച്ചടിച്ച് ഓഫീസിലേക്ക് സ്കൂട്ടർ സ്റ്റാർട്ട് ചെയ്ത് പുറപ്പെടുകയായിരുന്നു.

ചെറിയ ചാറ്റൽ മഴയുള്ള റോഡിൽക്കൂടി കീഞ്ഞ് പാഞ്ഞ് പോകുമ്പോഴാണ് സ്കൂട്ടറിന്റെ നേർക്ക് വട്ടംചാടി ഒരു പൂച്ചക്കുഞ്ഞ് ആത്മഹത്യ ചെയ്യാനുള്ള ശ്രമം നടത്തിയത്.

പക്ഷെ ഗോപേട്ടന്റെ വായീന്ന് തെറിയൊന്നും വന്നില്ലെന്നു മാത്രമല്ല, സ്കൂട്ടർ സഡൻ ബ്രേക്ക് ചെയ്ത് പൂച്ചക്കുഞ്ഞിന് ഒരു പോറൽ പോലും ഏൽക്കാതെ വഴിയോരത്തെ വെയിറ്റിങ്ങ് ഷെഡ്ഡിൽ സുരക്ഷിതമായി എടുത്തുവെച്ചിട്ടാണ് യാത്ര തുടർന്നത്.

പക്ഷെ ഓഫീസിലെത്തുമ്പോൾ ഗോപേട്ടനോടൊപ്പം ആ പൂച്ചക്കുഞ്ഞും ഉണ്ടായിരുന്നു. കുറേ ദൂരം പോയിക്കഴിഞ്ഞ് താനേ യൂടേണടിച്ച് തിരിച്ചുവന്ന് ആ പൂച്ചക്കുഞ്ഞിനേയുമെടുത്ത് സ്കൂട്ടറിലിൽ വെച്ചാണ് മൂപ്പര് ഓഫീസിലെത്തി പഞ്ചു ചെയ്തത്.

ലിഫ്റ്റിലുള്ളവരുടെ ചോദ്യം വരുന്നതിനു മുൻപേ മൂപ്പര് ഉത്തരം കൊടുത്തു.

വഴിയിൽനിന്നും കിട്ടിയതാ..

ഗോപേട്ടനെന്താ പെട്ടന്നൊരു മൃഗസ്നേഹം. ജോസഫിന്റെ ചോദ്യം.

അയാളെ നോക്കി വെറുതേ ഒന്നു ചിരിച്ച് ഗോപേട്ടൻ ലിഫ്റ്റിൽ നിന്നും എട്ടാം നിലയിലേക്ക് ഇറങ്ങി.

ഗോപേട്ടന് എറണാകുളത്തെ LIC യുടെ റീജണൽ ഓഫീസിലാണ് ജോലി. എംജി.റോഡിൽ മഹാരാജാസ് ഗ്രൌണ്ടിന് എതിർവശമുള്ള കെട്ടിടം കണ്ടിട്ടില്ലേ, അവിടെതന്നെ. എട്ടാം നില പൂർണ്ണമായും LIC യുടെ റെക്കോർഡ് റൂമായതുകൊണ്ട് ബാക്കിയുള്ള നിലകൾ പോലെ ബഹളമയമില്ല. ജനം തീരെ വരില്ല. ആവശ്യമുള്ള രേഖകൾക്ക് ഓഫീസർമാർ പറഞ്ഞുവിടുന്ന അസിസ്റ്റന്റുമാർ മാത്രം വരും. അല്ലാതെ കൂട്ടിനുള്ളത് മൂന്ന് അസിസ്റ്റന്റുമാരും കാലത്ത് വൃത്തിയാക്കാൻ വരുന്ന ലീലയും. പിന്നെ അലമാരിയിൽ ഭംഗിയായി അടുക്കിപ്പെറുക്കി വെച്ചിട്ടുള്ള 50 കൊല്ലം വരെ പുറകോട്ടുള്ള ഇൻഷുറൻസ് സംബന്ധിച്ച റെക്കോഡുകളും.

ലീലയെ പറഞ്ഞുവിട്ട് കാന്റീനിൽ നിന്നും ഒരു ഗ്ലാസ് ചൂടു പാൽ വാങ്ങിപ്പിക്കുകയാണ് ആദ്യം ചെയ്തത്. കാന്റീൻ തൊട്ടുമുകളിൽ ഒൻപതാം നിലയിലാണ്. നഗരത്തെ കാൽക്കീഴിൽ കണ്ടു കൊണ്ട് ഭക്ഷണം കഴിക്കാൻ മിക്കവാറും എല്ലാ സ്റ്റാഫും കാന്റീനിൽ വരാറുണ്ട്. നല്ല ഭക്ഷണമായതു കൊണ്ട് ആൺപെൺ വ്യത്യാമില്ലാതെ മിക്കവാറും എല്ലാ സ്റ്റാഫും ഉച്ചയൂണ്

കാന്റീനിൽനിന്നാണ് കഴിക്കാറ്. ചില അറുപിശുക്കൻമാർ മാത്രം വെളുപ്പിനേ ഏന്തിക്കൊണ്ടുവരുന്ന ചൂടാറിയ ഉച്ചഭക്ഷണം സ്വന്തം മേശമേൽതന്നെ കുനിഞ്ഞിരുന്ന് കഴിക്കും

ലീല പാൽ പാകത്തിന് ചൂടാറ്റി കൊണ്ടുവരുമ്പോഴേക്ക് അസിസ്റ്റന്റ് വിനീത ഒരു ഗ്ലാസ് ബൌൾ സംഘടിപ്പിച്ച് കഴുകി വൃത്തിയാക്കി കൊണ്ടുവന്നിരുന്നു. പക്ഷെ പൂച്ചക്കുഞ്ഞ് പാൽ കുടിച്ചില്ല എന്നു മാത്രമല്ല പാൽ കണ്ട് പരിഭ്രമിച്ച് തട്ടിമറിച്ചു കളയുകയും ചെയ്തു. നല്ല തിളച്ച പാൽ കുടിക്കാൻ ചെന്ന് നാക്ക് പൊള്ളിക്കാണും അതാ പൂച്ചക്ക് ഈ മിൽക്കോഫോബിയ, വിനീതയുടെ കമന്റ്. ബാക്കിയുള്ള രണ്ട് അസിസ്റ്റന്റുമാരും സ്വതവേ മിണ്ടാപ്പൂച്ചകളാണ്. അവർ ഈ ഭാഗത്തേക്കു നോക്കുക പോലും ചെയ്യാതെ അവരവരുടെ ജോലി തുടങ്ങിക്കഴിഞ്ഞിരുന്നു.ഗോപേട്ടനും പതുക്കെ ജോലിത്തിരക്കിലായി.

പൂച്ചക്കുഞ്ഞിനെ വീട്ടിലേക്ക് കൊണ്ടുപോകാനുള്ള ആലോചനയൊന്നും ഉണ്ടായിരുന്നില്ല. വൈകുന്നേരം പോകുമ്പോൾ അതിനേയും കൂടെ അങ്ങെടുത്തു. അത് അങ്ങനെ യാദൃച്ഛികമായി സംഭവിച്ചു പോയി അത്രേയുള്ളൂ.

ഗോപേട്ടന്റെ വീട്ടിൽ ഭാര്യ ലതേച്ചിയും അമ്മ രമാമ്മയും മാത്രമേയുള്ളൂ. ഈ വരുന്ന മിഥുനത്തിന് ഗോപേട്ടന്റേം ലതേച്ചീടേം കല്യാണം കഴിഞ്ഞിട്ട് പത്തു കൊല്ലം തികയും. കുട്ടികൾക്കായുള്ള കാത്തിരിപ്പും ചികിൽസയും അമ്പലങ്ങളിൽ തൊട്ടിൽകെട്ടലും ഉരുളി കമഴ്ത്തലും ഒക്കെ നിർബാധം തുടരുന്നു.

ഗോപേട്ടൻ പ്രതീക്ഷിച്ച പോലെ രമാമ്മ തന്നെയാണ് പൂച്ചക്കുള്ള ഗൃഹപ്രവേശത്തിന് ചുവപ്പുകൊടി കാണിച്ചത്. എനിക്കു ലാളിക്കാൻ പേരക്കുട്ടികളാണ് വേണ്ടത് പൂച്ചക്കുട്ടികളല്ല. ഒരു കുഞ്ഞു പൂച്ചയല്ലേ അമ്മേ, അതിന് കോണിച്ചോട്ടിൽ ഇത്തിരി സ്ഥലം പോരെ, അതിവിടെ കിടന്നോട്ടെന്നേ, ലതേച്ചീടെ സപ്പോർട്ടോടെ വലിയപറമ്പുമഠം, തേവര പി ഒ, എറണാകുളം. പൂച്ചക്കുട്ടിക്ക് അഡ്രസ്സ് കിട്ടി.

കുറിഞ്ഞിയാണെന്ന് കണ്ടുപിടിച്ചത് ലതേച്ചിയാണ്. അപ്പൊ പെൺ പേരു വേണം, ചക്കി, കുങ്കി, പങ്കി. ലതേച്ചിയുടെ വക യൂഷൽ പൂച്ചപ്പേരുകളുടെ പ്രവാഹം. വെറൈറ്റി ആഗ്രഹിക്കുന്ന ഗോപേട്ടൻ സഹികെട്ട് ഇടയിൽ കയറി പ്രഖ്യാപിച്ചു.

“എലിസാ വിക്ടോറിയ”

എന്ത്??? രമ്മാമ്മയും ലതേച്ചിയും ഒരുമിച്ചു ഞെട്ടി.

വീട്ടിലെ ഏകവരുമാനശ്രോതസ്സ് ഗോപേട്ടനായതുകൊണ്ടും, മാർജ്ജാരിയെ കണ്ടെത്തിയ കൈവശാവകാശം മൂപ്പർക്കായതുകൊണ്ടും സ്ത്രീ പ്രജകൾക്ക് അതങ്ങ് അംഗീകരിക്കേണ്ടിവന്നു. കണ്ട വായിൽക്കൊള്ളാത്ത ക്രിസ്ത്യാനിപേരിന് പകരം നല്ല കിണ്ണംകാച്ചിയ ഹിന്ദുപേര് ആവാമായിരുന്നു എന്ന് വീണ്ടും രമാമ്മ ഗെയിം ലെവൽ ടൂ മോഡിലായി.

പാറുക്കുട്ടിയമ്മ എന്നിട്ടാലോ അമ്മേ, ഗോപേട്ടൻ ആദ്യമേ തന്നെ തുരുപ്പിറക്കി.

96 വയസ്സിൽ കഴിഞ്ഞ കൊല്ലം ക്ലീൻ ബോൾഡായ അമ്മയുടെ അമ്മയാണ്

കക്ഷി.

'ഞാൻ വിട്ടു', രമാമ്മ കീഴടങ്ങി

അങ്ങനെ എലീസാ വിക്ടോറിയ 'എലീ' എന്ന ചെല്ലപ്പേരിൽ ക്രമേണ വീട്ടിലെ നാലാമത്തെ അംഗമായി.

അറം പറ്റിയ പോലെ പേരിൽ മാത്രമല്ല ആളും ഒരു സ്പെഷൽ വകുപ്പിൽപ്പെടുന്നയാളാണെന്ന് ഗോപേട്ടന് പതിയെ മാത്രമേ മനസ്സിലായുള്ളൂ.

പാലു വേണ്ടാത്ത പൂച്ചയെ ആദ്യമായിട്ടാ കാണുന്നേ, ലതേച്ചിയും രമാമ്മയും ഒരേ സ്വരത്തിൽ പറഞ്ഞത് ഗോപേട്ടൻ ഓഫീസിൽ വെച്ചേ തിരിച്ചറിഞ്ഞിരുന്നല്ലോ.

കാലത്തെഴുന്നേറ്റ് നേരത്തേ പറഞ്ഞ ആ മഞ്ഞപ്പിടിവെച്ച നീലപ്പൂക്കളുള്ള വെള്ളക്കപ്പിലാണല്ലോ ഗോപേട്ടൻ ഏലക്കാ പൊടിച്ചിട്ട ചൂടു ചായ ഊതി ഊതി കുടിക്കാറ്. ലതേച്ചിയും രമാമ്മയും പാലൊഴിച്ച ഫിൽറ്റർ കോഫിയുടെ ആളുകളും.

പക്ഷെ ആദ്യമായി വലിയപറമ്പുമഠത്തിലെ അടുക്കളയിൽ കട്ടൻ തിളച്ചു. എലീ തന്റെ മാത്രമായിത്തീർന്ന സ്ഥിരം അച്ചാറു വിളമ്പാറുള്ള ബൌളിൽ ഒഴിച്ചു കിട്ടിയ കട്ടൻ രുചിയോടെ നക്കി നക്കി കുടിച്ചു.

മഠത്തിൽ എലീ നടപ്പാക്കിയ വിപ്ലവകരമായ ആദ്യ ഭരണപരിഷ്കാരമായിരുന്നു അത്.

പോകെപ്പോകെ തന്റെ മിൽക്കോഫോബിയ എലീ, ഗോപേട്ടൻ ലതേച്ചി രമാമ്മ എന്നിവരുടെയടുത്തും നടപ്പാക്കി തുടങ്ങിയതിന്റെ പരിണിതഫലമായി വലിയപറമ്പുമഠത്തിൽ പാൽ എന്ന വസ്തുവിനെ കണികാണാൻ കിട്ടാതായ അവസ്ഥ സംജാതമായി.

രമാമ്മ സ്വതവേ ഉച്ചത്തിലാണ് സംസാരിക്കാറ്, നാട്ടുകാര് കേക്കണോ ഞങ്ങൾ വീട്ടുകാർ മാത്രം കേട്ടാൽ പോരേ എന്ന് ഗോപേട്ടനും ലതേച്ചിയും പലവട്ടം പറഞ്ഞിട്ടും രമാമ്മ കൂട്ടാക്കിയില്ല എന്നു മാത്രമല്ല പ്രായം കൂടുന്തോറും വോള്യവും കൂടിവന്നു. അയൽക്കാർ ഇട്ടുകൊടുത്ത 'മൈക്കുവിഴുങ്ങിത്തള്ള' എന്ന ചെല്ലപ്പേര് നാട്ടുകാർ പരസ്യമായി വിളിക്കാനും തുടങ്ങി.

രമാമ്മ പതിവുപോലെ വോള്യം കൂട്ടി മരുമകളെ വിളിച്ചപ്പോഴാണ് എലീ തന്നെ രൂക്ഷമായി നോക്കുന്നത് ശ്രദ്ധിച്ചത്. വളർന്ന് ഒത്ത പൂച്ചയാകുന്നതിന് ഒരു രണ്ടു മാസം മുൻപേയാണ് സംഭവം. സംഗതി മൈന്റ് ചെയ്യാതെ മരുമകളെ രണ്ടാമത് ഹൈ വോള്യത്തിൽ വിളിക്കാൻ ശ്രമിച്ചുവെങ്കിലും മ്യൂട്ട് ചെയ്താണ് വോക്കൽ കോഡ് രമാമ്മയുടെ ശബ്ദം പുറത്തേക്ക് വിട്ടത്.

രമാമ്മയുടെ ശബ്ദം എലീയുടെ ഷാർപ്പ് ലുക്കിലൂടെ പതുക്കെ കുറഞ്ഞു തുടങ്ങി. എലീ ഒരു ഒത്ത പൂച്ചയായപ്പോഴേക്കും രമാമ്മ തന്റെ എൺപതു ശതമാനം കമ്മ്യൂണിക്കേഷനും ആംഗ്യഭാഷയിലാക്കിയിരുന്നു.

നയാഗ്രാവെള്ളച്ചാട്ടത്തിൽ വലിയൊരു ഐസുകട്ട വന്നുതടഞ്ഞ് ഗുളുഗുളാന്ന് വീണുകൊണ്ടിരുന്ന വെള്ളം തടസ്സപ്പെട്ടുണ്ടായ വലിയ നിശബ്ദതയേക്കാൾ കനത്ത

നിശബ്ദതയാണ് രമാമ്മ ആംഗ്യഭാഷയിലേക്ക് മാറിയപ്പോൾ അയൽക്കാർ അനുഭവിച്ചത്. ആ തക്കത്തിന് എലീ തന്റെ മുരൾച്ചയുടെ വോള്യം വർദ്ധിപ്പിക്കുകയും ചെയ്തു.

മത്തി പ്രശ്നവും ടVീറ്റി സംഭവവുമാണ് അടുത്തതായി 'മഠത്തിൽ' അരങ്ങേറിയത്.

അയൽപക്കത്തെ ശോശാമ്മച്ചേടത്തി മീൻ നന്നാക്കുമ്പോൾ എലീ സ്ഥിരമായി ഹാജരാവാറുണ്ടായിരുന്നു. പാലിനോട് പ്രിയമില്ലെങ്കിലും എലീക്ക് മീൻ നിർബന്ധമായിരുന്നു. അവരുടെ ഔദാര്യത്തിൽ കിട്ടുന്ന മീനിന്റെ തലയും വാലിനുമപ്പുറം എലീ അവരുടെ അടുക്കളയിൽ കടന്നുകയറി വർക്കിച്ചേട്ടനു വേണ്ടി ശോശാമ്മച്ചേടത്തി തയ്യാറാക്കിയ സ്പെഷൽ മീൻകറിയിൽ കൈവെച്ചതോടെ, ഈ പരുപാടി എലീ സ്ഥിരമാക്കിയതോടെ, സംഗതി കൈയീന്ന് പോയി.

വർക്കിച്ചേട്ടൻ ആന്റ് ഫാമിലി ഗോപേട്ടന്റെ മുറ്റത്തുവന്ന് രണ്ടു മണിക്കൂറോളം നീണ്ട ഭരണിപ്പാട്ട് ലൈവായി പെർഫോം ചെയ്തതോടെ ഇവരുടെ പുരയിടങ്ങൾക്കു നടുവിൽ സ്വാഭാവികമായും റാഡ്ക്ലിഫ് ലൈൻ രൂപപ്പെടുകയും ചെയ്തു.

വർക്കിയേട്ടന്റെ പട്ടാളക്കാരൻ മകൻ അതിർത്തി ലംഘിച്ചാൽ എലീയെ മാത്രമല്ല വേണമെങ്കിൽ ഗോപേട്ടനെ വരെ വെടിവെച്ചിടുമെന്ന് ഭീഷണിപ്പെടുത്തിയപ്പോൾ വെറും പച്ചക്കറിയായ ഗോപേട്ടൻ മാർക്കറ്റിൽപ്പോയി മീൻ വാങ്ങി വന്നു. പച്ചമീൻ മാത്രം കൊണ്ടു തൃപ്തിയാവാതെ എലീ ശക്തമായി മുരണ്ടപ്പോൾ ലതേച്ചി യൂടൂബ് വഴി വിവിധതരം മീൻകറികൾ കണ്ടു പഠിച്ചുണ്ടാക്കി ചോറിൽ കുഴച്ച് ഉരുളകളാക്കി എലീയുടെ മുൻപിൽ വെച്ചു കൊടുത്തപ്പോഴാണ് മാർജ്ജാരി ഒന്നടങ്ങിയത്.

ഭരണിപ്പാട്ട് സീസൺ ടൂ പടിഞ്ഞാറേതിലെ അരുണിന്റേയും സരുണിന്റേയും വകയായിരുന്നു. അത് കുറച്ച് എക്പൻസീവ് ആയിപ്പോയി. രണ്ടര ലക്ഷമാണ് ഗോപേട്ടന്റെ അക്കൌണ്ടിൽ നിന്ന് ആ വകയിൽ ചിലവായത്. എലീ, വിലപിടിപ്പുള്ള കൊക്കാട്ടൂ വർഗ്ഗത്തിലുള്ള ടVീറ്റീ എന്നു പേരായ സരുണിന്റെ പുന്നാര തത്തയുടെ കഴുത്തിനു കടിച്ച് കഥ കഴിച്ച വകയിലാണ് ആ രണ്ടര ലക്ഷം ശൂന്ന് ആവിയായി പോയത്. അതോടെ ഗോപേട്ടൻ മുൻകൈയെടുത്ത് പടിഞ്ഞാറേ അതിർത്തിയിൽ ഒരു മക്മോഹൻ വരയും വരച്ചു വെച്ചു.

ഗോപേട്ടൻ പാതിരാത്രിവരെ ഉറങ്ങാതിരുന്ന് അതിസാഹസികമായി എലീയെ ഒരു ചാക്കിലാക്കി കിലോമീറ്റേഴ്സ് ആന്റ് കിലോമീറ്റേഴ്സിനപ്പുറത്തുകൊണ്ടുക്കുഞ്ഞിട്ടു തിരിച്ചു വരുന്നതിനുമുൻപേ എലീ തിരിച്ചെത്തി മൂപ്പരോട് ശക്തമായി മുരണ്ടുതുടങ്ങിയതോടെ ആ പോം വഴിയും അടഞ്ഞു.

അങ്ങനെ ഇതിനൊരു നിവൃത്തിയുണ്ടാക്കണേ എന്ന് ചോറ്റാനിക്കരയിലെ അമ്മയോട് സങ്കടം പറയാനായ് പോയി തിരിച്ചു വന്ന ഗോപേട്ടനേം ഫാമിലിയേം എലീ ജന്മത്ത് മഠത്തിലേക്ക് പോയിട്ട് പറമ്പിലേക്ക് പോലും കാലെടുത്ത് കുത്താൻ സമ്മതിച്ചില്ല.

കാരണം (എലി)സാ വിക്ടോറിയ എന്ന എലീ അപ്പോഴേക്കും (പുലി) സാ വിക്ടോറിയ ആയി രൂപാന്തരം പ്രാപിച്ചിരുന്നു. വളർച്ചയുടെ വഴികളിൽ വെട്ടിപ്പിടിച്ചും പിടിച്ചടക്കിയും അധികാരം കൈയേറിയും (എലി)സാവിക്ടോറിയ പുലിയോളം പ്രതീകരൂപാന്തരപ്പെട്ടിരുന്നു. പഴങ്കഥയിലെ ഒട്ടകത്തെ പോലെ അവൾ വലിയപറമ്പുമഠമാകെ നിറഞ്ഞുനിന്നു.

വളർത്തുപൂച്ച വീട്ടിൽക്കേറ്റുന്നില്ല എന്ന് പോലീസ് സ്റ്റേഷനിൽ പരാതി കൊടുത്ത ഗോപേട്ടന്റെ പരാതി കേട്ട് മൃഗങ്ങളെ ഉപദ്രവിക്കുന്ന മനുഷ്യർക്കെതിരെ മാത്രമേ നടപടിയെടുക്കൂ, മനുഷ്യർക്കെതിരെ തിരിയുന്ന മൃഗങ്ങൾക്കെതിരെ അതും ഡൊമസ്റ്റിക് അനിമൽസിനെതിരെ പരാതി സ്വീകരിക്കാൻ വകുപ്പില്ലെന്നു പറഞ്ഞ് എസ്സൈ പരാതി ചുരുട്ടിക്കൂട്ടി കുപ്പത്തൊട്ടിയിലിട്ടു.

ഗോപേട്ടന്റെ പുതിയ ചിലവ് കണക്ക് താഴെയുണ്ട്.

വീട്ടുവാടക 12000 രൂപ, (LIC ക്വാർട്ടേഴ്സ് ഒഴിവില്ല) അഡ്വാൻസ് 50000 രൂപ, വീടിന്റെ വലിപ്പം 800 sq ft. വീടിനാവശ്യമായ ഉപ്പു തൊട്ട് കർപ്പൂരം വരെ വാങ്ങിയ വകയിൽ ചിലവായത് ഏകദേശം അഞ്ചു ലക്ഷം രൂപ. ഇതാണ് ചിലവ് കണക്ക്.

ഗോപേട്ടനും ലതേച്ചിയും കൂടെ ഇന്നാണ് വാടക വീട്ടിൽ 'പാല്'കാച്ചിയത്, ചൂടുള്ള, ഏലക്കായിട്ട പാൽച്ചായ ആ മഞ്ഞപ്പിടിവെച്ച നീലപ്പൂക്കളുള്ള വെള്ളക്കപ്പിനെ ഓർത്തുകൊണ്ട് വെറും സ്റ്റീൽ ഗ്ലാസിൽ ഗോപേട്ടൻ കാലങ്ങൾക്കു ശേഷം ഊതിയൂതിക്കുടിച്ച് മൂന്ന് ദോശ സാമ്പാറിലും ചമ്മന്തിയിലും മുക്കി കുഴച്ചടിച്ച് പട്ടത്തുള്ള ഓഫീസിലേക്ക് സ്കൂട്ടറിൽ പുറപ്പെട്ടു. ഇന്നാണ് ഗോപേട്ടൻ തിരോന്തരത്ത് പട്ടം ഓഫീസിൽ ജോയിൻ ചെയ്യുന്നത്.

നല്ല ഫിൽട്ടർ കോഫി ഉണ്ടാക്കിക്കുടിച്ച് മണക്കാട് മാരിയമ്മനെ ദിവസവും, ആറ്റുകാലമ്മയെ വെള്ളിയാഴ്ചകളിലും തൊഴാം, അതായിരുന്നു രമ്മാമ്മയുടേം ലതേച്ചിടേം ആശ്വാസം.

വഴിയിൽ രണ്ടു ട്രാൻസ്പോർട്ട് ബസ്സുകൾ കൂട്ടിയിടിച്ച് കത്തുന്ന കാഴ്ചയെ മൈൻഡ് ചെയ്യാതെ ഗതാഗതക്കുരിക്കിൽ നിന്ന് സൂത്രത്തിൽ രക്ഷപ്പെട്ട് സ്വന്തം കാര്യം സിന്ദാബാദ് എന്ന മുദ്രാവാക്യവും ചൊല്ലി ഇടംവലം നോക്കാതെ LIC ഓഫീസിലേക്ക് ഗോപേട്ടൻ വിട്ടടിച്ചു പോയി.

(എലി)സാ വിക്ടോറിയ ഇപ്പോഴും വലിയപറമ്പുമഠത്തിലെ കിരീടം വെക്കാത്ത രാജ്ഞിയായി അടിച്ചു പൊളിച്ച് വാഴുന്നുണ്ട്.

കഥ വന്ന വഴി

രണ്ടാമത്തെ പാരഗ്രാഫിലെ സ്വാനുഭവമാണ് കഥക്കുള്ള വിത്ത്. ഓഫ സിലേക്ക് ഒരു ചാറ്റൽ മഴയുള്ള ദിവസം കീഞ്ഞ് പാഞ്ഞ് പോകുമ്പോഴാണ (സുഹൃത്ത് വടകരക്കാരൻ, സിനിമാ സംവിധായകൻ ജീവജ് രവീന്ദ്രൻ ഇടക്കിട പ്രയോഗിക്കും ഈ കീഞ്ഞ് പാഞ്ഞ് പോകലും, ചടക്കയ്ക്കലും) മഴ നനഞ്ഞ

വിറച്ചുകൊണ്ട് നടുറോഡിൽ പാഞ്ഞുപോകുന്ന വണ്ടികളുടെ ഇടയിൽ ഭയന്നു വിറച്ച് ആ പൂച്ചക്കുഞ്ഞിനെ കണ്ടത്. ഒരു മൃഗസ്നേഹി തന്റെ വണ്ടി സൈഡിൽ ഒതുക്കി ആ പൂച്ചക്കുഞ്ഞിനെ കോരിയെടുത്ത് വെയ്റ്റിങ്ങ് ഷെഡിൽ സുരക്ഷിതമായി വെച്ച് യാത്ര തുടരുന്ന ഒരു ചിത്രം മായാതെ ഉണ്ട്.

ഒന്നരലക്ഷം പേർ അപേക്ഷിച്ച പരീക്ഷയിൽ മൽസരിച്ച് 400ൽ താഴെ വരുന്ന റാങ്ക് നേടി സർക്കാർ സർവ്വീസിൽ കയറി പത്തു കൊല്ലം സർവ്വീസ് പൂർത്തിയാക്കിയിട്ടും ഒരു 'ചായക്കടക്കാരന്റെ താഴെയാണ് എന്റെ സ്ഥാനം എന്ന ഒരു അറിവും ഈ കഥക്ക് വളമായി. രാക്കുരാമാനം സർക്കാർ ജീവനക്കാരെ സ്ഥലം മാറ്റാൻ കഴിവുള്ള ആ ചായക്കടക്കാരനോടുള്ള എന്റെ പ്രതിഷേധം കഴുത കാമം കരഞ്ഞു തീർക്കുന്ന പോലെ കഥയെഴുതി ഞാനും തീർക്കാൻ ശ്രമിക്കുന്നു.

എലിസബത്ത്, വിക്ടോറിയ എന്നീ പേരുകൾ യോജിപ്പിച്ച് (എലി)സാവിക്ടോറിയ എന്ന് ഈ പൂച്ചച്ചിയെ നാമകരണം ചെയ്തത് ശ്രീജ ടീച്ചറാണ്, പൂച്ചച്ചിക്ക് ഈ പേര് സമ്മാനിച്ച ടീച്ചർക്ക് പെരുത്തു നന്ദി. ഒരു രഹസ്യം കൂടെ ഈ പേരിലൊളിഞ്ഞിരിക്കുന്നുണ്ട്. അത് തൽക്കാലം രഹസ്യമായി തന്നെ ഇരിക്കട്ടെ.

ലസോന്ത സോസിം ബറനീസ്

അനന്തരം അവളുടെ മനസ്സ് നിറയുകയും ഒഴിയുകയും ചെയ്തു. ആസക്തനായ ഒരു മദ്യപാനിയുടെ ചഷകം പോലെ. ചഷകത്തിലെ ചുവന്ന വീഞ്ഞിൻമേൽ പാറിക്കിടക്കുന്ന വെളുത്ത നുരപോൽ ഓർമ്മകൾ ചിതറിക്കിടന്നു. അപ്പോൾ അവൾ തന്റെ കഴിഞ്ഞു പോയ തൊള്ളായിരത്തിതൊന്നൂറ്റൊമ്പത് രാവുകളെ ഓർത്തു.

ഓരോ രാവും ഓരോ അനുഭൂതി പകർന്ന് ഒന്നിനൊന്ന് വ്യത്യസ്ഥമായിരുന്നു. അവളെ അത്ഭുതപ്പെടുത്തിക്കൊണ്ട് ഒന്നാം രാവു മുതൽ അവളെ തൊട്ട എല്ലാ സന്ദർശകരുടേയും പേരുകൾ ക്രമം തെറ്റാതെ അവൾ പിറുപിറുത്തു.

ഒന്നാം രാവുമുതൽ കഴിഞ്ഞ തൊള്ളായിരത്തി തൊണ്ണൂറ്റൊമ്പതാം രാവ് വരെയുള്ള എല്ലാ ദിവസവും അവൾക്ക് ഓരോ സന്ദർശകർ ഉണ്ടായിരുന്നു. ഉഷസ്സാകുമ്പോൾ മാഞ്ഞു പോകുന്ന നക്ഷത്രങ്ങളെ പോലെ ആ സന്ദർശകരും മാഞ്ഞുപോയി. പക്ഷെ അവളുടെ സൂക്ഷ്മമമായ ഓർമ്മകൾ വഴി അവരുടെ പേരുവിവരങ്ങൾ തെളിഞ്ഞുനിന്നു. ഈ സൂക്ഷമമായ ഓർമ്മകളാണ് തന്റെ കരുത്ത് എന്നറിഞ്ഞ് ആ ഓർമ്മകളെ അനുഗ്രഹമായി കരുതി.

അവൾ ഓർമ്മകളടങ്ങിയ മനസ്സ് പതിയെ അടച്ചു വെച്ച് ഇന്ന് വരാനിരിക്കുന്ന ആയിരം തികഞ്ഞ ആ രാവിനെ കാത്തിരുന്നു.

അനന്തരം ഉഷസ്സായി സന്ധ്യയായി, പിന്നെ രാവായി. ആയിരം തികഞ്ഞ രാവിനെ അവൾ പുഞ്ചിരിയോടെ സ്വാഗതം ചെയ്തു.

ആയിരം തികഞ്ഞ രാവിനൊപ്പം അന്നത്തെ അതിഥി ആഗതനായി.

ബാൽസെബൂബ്, അയാൾ തന്റെ പേര് പറഞ്ഞു അവളെ പരിചയപ്പെട്ടു.

ലസോന്ത സോസിം ബറനീസ്, അവൾ തിരിച്ചും അയാളെ ഒരു രാത്രിക്ക് മാത്രമായി തന്റെ പേരു പറഞ്ഞ് പരിചയപ്പെട്ടു.

ബാൽസെബൂബിന് എൺപത് വയസ്സുണ്ടായിരുന്നു. അയാളുടെ ഊഴമെത്തുന്നതിനു മുൻപ് മരിച്ചു പോകും എന്ന ആശങ്കയുടെ കടമ്പ കടന്ന് ബാൽസെബൂബ് ആസക്തനായ് അവളുടെ വിരലുകളിൽ തൊട്ടു.ആ വിരലുകൾ മഞ്ഞുകണം പോലെ തണുത്തുറഞ്ഞിരുന്നു.നെരിപ്പോട് ആളിക്കത്തുന്നുണ്ടെങ്കിലും അവൾ ആകമാനം തണുത്തുതന്നെയിരുന്നു.വൃദ്ധൻ വികാരഭരിതനും.

പക്ഷെ നഗ്നനാവാൻ കഴിയാതെ അയാൾ നാണിച്ചു. വെളിച്ചം, അയാൾ നെരിപ്പോട്നോക്കി പിറുപിറുത്തു.അയാൾക്കു വേണ്ടി അവൾ നെരിപ്പോട് കെടുത്തി. അതോടൊപ്പം ശരറാന്തൽ ഊതിയണച്ച് ഇരുട്ടു സൃഷ്ടിച്ചു ജാലകത്തിലൂടെ നൂണ്ട് വന്ന നിലാവിന്റെ കീറ് വെളിച്ചത്തിൽ അയാളുടെ നഗ്നത അവൾ കണ്ടു. പൊടുന്നനെ അയാൾ ജനാല അടച്ച് നിലാവിനെ

പുറത്താക്കി. അകത്തേക്ക് തണുപ്പ് പ്രവേശിച്ചു. അവളെ വിയർത്തുതുടങ്ങി.

അയാൾക്ക് വേണ്ടി അവൾ വീഞ്ഞ് പകർന്നു. ചഷകത്തിന്റെ ഏറ്റവുമടിയിൽ അവൾ കലർത്തിയ വിഷം പതുങ്ങിയിരുന്നു. അവളുടെ കഴിഞ്ഞു പോയ തൊള്ളായിരത്തി തൊന്നൂറ്റൊമ്പത് രാവുകളിലെ സന്ദർശകർ ഭവനത്തിന് പുറകിലുള്ള 'ലെബ്' എന്ന് അവൾ വിളിക്കുന്ന അഗാധമായ കിണറിനുള്ളിൽ അടുത്തയാളെ കാത്തു കിടന്നു. അവർക്ക് ആയിരം തികഞ്ഞ രാവിന്റെ ഏഴാം യാമത്തിൽ ബാൽസെബൂബിനെ തങ്ങളോടൊപ്പം കിട്ടും. അവൾ ആ എൺപത് വയസ്സുകാരനെ തങ്ങളുടെ അടുത്തേക്ക് പറഞ്ഞു വിടും എന്ന് അവർക്ക് നല്ല ഉറപ്പുണ്ടായിരുന്നു. നിലാവ് മാഞ്ഞു.ബാൽസെബൂബ് ചഷകത്തിലെ വീഞ്ഞ് പതിയെ മൊത്തി. അവൾ വൃദ്ധനെ നോക്കി കൊല്ലുന്ന ആ ചിരി ചിരിച്ചു.

ലസോന്ത സോസിം ബറനീസ് തന്റെ കഥാജീവിതത്തിന്റെ അവസാന താളുകളിലായിരുന്നു. കഴിഞ്ഞു പോയ വളരെ പ്രത്യേകതയുള്ള ചില രാവുകളിലേക്ക് അവൾ ഓർമ്മകളിലൂടെ തിരിച്ച് യാത്ര ചെയ്തു.

കാരണം ചില രാത്രികൾ അവൾക്ക് വീണ്ടും ആസ്വദിക്കണമായിരുന്നു. ആദ്യമായി മുപ്പത്തെട്ടാം രാവിൽ അവൾ വീണ്ടും ചെന്നു നിന്നു.

കൈകാലുകളുടെ പെരുവിരൽ മുറിച്ച എഴുപത് രാജാക്കൻമാരിലൊരാളായിരുന്നു മുപ്പത്തെട്ടാം രാവിൽ അവളിൽ ആസക്തനായി അവളെ തേടിയെത്തിയത്.

യോവാബ്, അയാൾ തന്റെ പേര് പറഞ്ഞു പരിചയപ്പെട്ടു.

അവൾ തിരിച്ചും അയാളെ ഒരു രാത്രിക്ക് മാത്രമായി പരിചയപ്പെട്ടു.

യോവാബിന് അവൾ കരുതിവെച്ചത് സെഫാഥാ താഴ്വരയിൽ സമൃദ്ധമായി വളരുന്ന നേപ്പാമരത്തിന്റെ ഉണക്കിപ്പൊടിച്ച കുരു ആയിരുന്നു. കഠിനമായ കയ്പ്പുള്ള ആ വിഷക്കുരു ലായത്തിലുള്ള കറുത്ത കുതിരക്ക് തീറ്റയിലൊളിപ്പിച്ചു കൊടുത്ത് അവൾ നേരത്തേ തന്നെ അതിന്റെ ശക്തി പരീക്ഷിച്ചിരുന്നു. പക്ഷേ, പെരുവിരലുകൾ മുറിച്ച ആ രാജാവിൽ നേപ്പാമരക്കുരു എത്രകണ്ട് ഫലിക്കും എന്ന് അവൾക്ക് രൂപമേതുമില്ലായിരുന്നു. ഏറ്റവും മധുരമുള്ള അത്തിപ്പഴത്തിന്റേയും വിളഞ്ഞു പാകമായ മുന്തിരിയുടേയും സമ്മിശ്രമായ പഴച്ചാറിലായിരുന്നു കുന്നിക്കുരു വലിപ്പത്തിലുള്ള ഒരേയൊരു വിഷക്കുരു പൊടിച്ചുചേർത്തൊളിപ്പിച്ചത്. പിന്നീട് അവൾക്കു മനസ്സിലായി ഒരു നേപ്പാമരക്കുരു തന്നെ അധികമാണ് എന്ന്.

അങ്ങനെ മുപ്പത്തെട്ടാം രാവ്, ഉഷസ്സായി സന്ധ്യയായി പിന്നെ മുപ്പത്തൊമ്പതാം രാവായി.

അടുത്ത അതിഥിയുടെ വരവായി....

ഇരുന്നൂറ്റി മുപ്പത്തഞ്ചാം രാവിലാണ് അവൾ കാടുകയറിയത്.

രണ്ടു മലകൾക്കിയടിലൂടെ ഒഴുകിയിറങ്ങുന്ന

നദിയുടെ ഉത്ഭവസ്ഥാനമായിരുന്നു ഇരുനൂറ്റി മുപ്പത്തഞ്ചാം രാവിലെ

അവളുടെ ലക്ഷ്യം.

ആ രണ്ടു മലകളെ തന്റെ മുലകളായും ഒഴുകിയിറങ്ങുന്ന പുഴയെ തന്റെ കണ്ണിൽ നിന്നുത്ഭവിച്ച് മുലകളെ നനച്ചൊഴുകുന്ന കണ്ണുനീരായും അവൾ സങ്കൽപ്പിച്ചു.

ഒർപ്പാ, നദി തന്റെ പേരു പറഞ്ഞ് അവളെ പരിചയപ്പെട്ടു.

നദിയെ ഒരു രാത്രിക്ക് മാത്രമായി അവൾ തിരിച്ചും

ഒർപ്പായുടെ ഉത്ഭവസ്ഥാനത്തിനടിയിലെ ഗുഹയിൽ അവൾ ഓക്കുമരക്കഷ്ണങ്ങൾ അടുക്കി വെച്ച് ചിതകൂട്ടി അഗ്നിയെ ജ്വലിപ്പിച്ചു. കഠിനമായ ചൂടിൽ ഒർപ്പാ തിളച്ചുവറ്റി ദഹിച്ചുപോയി. അതിലൊരു വലിയ ജലത്തുള്ളി ചൂടിൽ നിന്നും രക്ഷപ്പെട്ട് ഒരു മഞ്ഞുഗോളമായ് മാറി അവളുടെ തണുപ്പിൽ ഒളിച്ചിരുന്നു. കാടിറങ്ങി തന്റെ ഭവനത്തിലെത്തി അവളാ മഞ്ഞുഗോളത്തെ 'ലെബ്വി'ലേക്ക് ചുഴറ്റി വലിച്ചെറിഞ്ഞു. അതോടെ ഒർപ്പാ നദി ചന്ദനഗന്ധമുള്ള നീരാവിയായ് പരിണമിച്ചു. ആകാശമേലാപ്പിൽ തട്ടി തങ്ങിനിന്ന് സുഗന്ധം പരത്തിത്തുടങ്ങി.

അനന്തരം അവൾ പോയത് നാനൂറ്റി അറുപത്തേഴാം രാവിൽ അവളുടെ സന്ദർശകനായ സുന്ദരനായ പുള്ളിപ്പുലിയുമായുള്ള സമാഗമത്തിന്റെ ഓർമ്മയിലേക്കാണ്.

അവളിൽ ആസക്തിപൂണ്ട പുള്ളിപ്പുലി ക്ഷമ നശിച്ച് നാനൂറ്റി അറുപത്തിയേഴാം രാവിൽ അവളുടെ ഭവനത്തിൽ കയറിച്ചെന്നു.

പുള്ളിപ്പുലി കയറിവരുമ്പോൾ അവൾ തന്റെ വെള്ളിമണികളോടുകൂടിയ സുവർണ്ണസരപ്പളി അണിഞ്ഞ് ഭംഗിനോക്കുകയായിരുന്നു.

പുള്ളിപ്പുലി അവളോട് പറഞ്ഞു

പ്രിയേ നീ അതീവ സുന്ദരി.

നിന്റെ കണ്ണുകൾ പ്രാവിന്റെ കണ്ണുകൾ പോലെ.

നിന്റെ കാൽപ്പാദങ്ങൾ ഒതുക്കി വെച്ച മയിൽച്ചിറകുപോലെ.

അവൾ ചോദിച്ചു... നീ ആര്?

ഞാൻ ഏൻഗെദിയിലെ ഒലീവ് തോട്ടങ്ങളുടെ പ്രധാന കാവൽക്കാരൻ

നിന്നിൽ ആസക്തിപൂണ്ട് ഒരുപാടുനാഴിക വഴിനടന്ന് വന്നവൻ

നീ ആര്? അവൾ വീണ്ടും ചോദിച്ചു.

നഹൂം, പുള്ളിപ്പുലി തന്റെ പേര് പറഞ്ഞു പരിചയപ്പെട്ടു.

നഹൂമിനെ അവൾ ഒരു രാത്രിക്കു മാത്രം വേണ്ടി പരിചയപ്പെട്ടു.

പച്ചനിറത്തിലുള്ള പട്ടുമെത്തയിലേക്ക് നടന്നു തളർന്ന നഹൂമിനെ അവൾ നയിച്ചു. അവൻ തന്റെ നാവു നീട്ടി അവളെ നക്കി. തന്റെ ദംഷ്ട്രകൾ കൊണ്ട് അവളിൽ ഒരു പോറൽ പോലുമേൽക്കാതിരിക്കാൻ നഹൂം ബദ്ധശ്രദ്ധനായി.

എന്നെ ഒരു മുദ്രമോതിരമാക്കി നിന്റെ ഹൃദയത്തിലും ഭുജത്തിലും വെച്ചുകൊള്ളേണമേ. എന്റെ പ്രണയം മരണം പോലെ ബലമുള്ളതും പാതാളം പോലെ അഗാധവുമാണ്. നഹൂം അവളെ പ്രേമപുരസ്സരം നോക്കി അവസാന വാക്കുകളോതി. പിന്നെ അവളുടെ മടിത്തട്ടിൽ പതിയെ വീണു മയങ്ങി.

കൈയകലത്തിലുള്ള വാളെടുത്തു വീശി നഹൂമിന്റെ തലയും ഉടലും രണ്ടാക്കി അവൾ ലെബ്ബിലേക്ക് വലിച്ചെറിഞ്ഞു.

അനന്തരം, ഭൃത്യരെ വിളിച്ച് അഴുക്കായ തറ, ജലം കൊണ്ടു കഴുകി ത്തുടച്ച് കുന്തിരിക്കം പുകച്ച് മുറി സുഗന്ധപൂരിതമാക്കാൻ ആജ്ഞാപിച്ചു.

അങ്ങനെ നാന്നൂറ്റി അറുപത്തി ഏഴാം രാവ് തീർന്ന് ഉഷസ്സായ് സന്ധ്യയായ് അടുത്ത രാവിലേക്ക് പ്രവേശിച്ചു.

മഗ്ലോൺ, തന്റെ പേര് പറഞ്ഞു അവളെ പരിചയപ്പെട്ടു.

അവൾ അയാളെ തിരിച്ചും.

എഴുന്നൂറ്റി തൊന്നൂറ്റൊമ്പതാം രാവിലേക്ക് ഏഴു കടൽ കടന്ന് ഏഴു മലകൾ താണ്ടി അവളിലാസക്തി പൂണ്ട് പറക്കും കുതിരമേലേറി പറന്നു വന്ന സുന്ദരനായ രാജകുമാരനായിരുന്നു മഗ്ലോൺ. അവളുടെ പ്രശസ്തി അപ്പോഴേക്കും ഏഴു കടലും ഏഴു മലയും കടന്നിരുന്നു.

അവൾ മഗ്ലോണിന് വേണ്ടി വിഭവസമൃദ്ധമായ സദ്യ ഒരുക്കി.വെണ്ണ പ ുരട്ടി മൃദുവാക്കിയ റൊട്ടിയും, നല്ല ചൂടുള്ള ആട്ടിൻ സൂപ്പും നൽകി അവൾ അവന്റെ ക്ഷീണമകറ്റി. തേനിൽ മുക്കി നെയ്യിൽ വറുത്ത പന്നിമാംസവും അവളുടെ അടുക്കളയിൽ മാത്രം കാണാറുള്ള സിരിമാവോ എന്ന മധുരപലഹാ രവും വിവിധ തരം പഴച്ചാറുകളും ഒന്നാന്തരം ഈന്തപ്പഴവും ഒലിവും കൊണ്ട് തീൻമേശ നിറച്ചു.

സൽക്കാരത്തിനു ശേഷം ചുവന്ന വീഞ്ഞു മോന്തി ഉന്മത്തനായ മഗ്ലോൺ അവളെ ചുംബിക്കാനായ് കൊതിപൂണ്ടടുത്തു. അവന്റെ ഗാഢചും ബനത്തിനിടയിലൂടെ അവന്റെ ജീവശ്വാസം വലിച്ചെടുത്ത് ഓജസ്സും തേജസ്സും കെടുത്തി അവന്റെ ജീവൻ ഊറ്റിയെടുത്തു. പഴന്തുണി പോലെ ശ്വാസമറ്റ് വീണ അവനെ അവൾ ഇടതുകാൽ കൊണ്ട് ലെബ്ബിലേക്ക് തോണ്ടിയെറിഞ്ഞു.

അനന്തരം എഴുന്നൂറ്റി തൊന്നുറ്റി ഒമ്പതാം രാവ് തീർന്ന് ഉഷസ്സായ് സന്ധ്യയായ് അടുത്ത രാവിലേക്ക് പ്രവേശിച്ചു.

തൊള്ളായിരത്തി ഒന്നാം രാവിന്റെ അതിഥി രത്നഖചിതമായ തലപ്പാവും സ്വർണ്ണമേലങ്കിയുമണിഞ്ഞ കിഴക്കു ദിക്കിൽ നിന്നു വന്ന കച്ചവടക്കാരനായി രുന്നു.

സലാ അദ്ദിൻ, കച്ചവടക്കാരൻ തന്റെ പേര് പറഞ്ഞു പരിചയപ്പെട്ടു.

അവൾ തിരിച്ചും സലാ അദ്ദിനെ ഒരു രാവിന് മാത്രമായി പരിചയപ്പെട്ടു.

ഖാസീം അദ്ദിൻ എന്ന തന്റെ മകനെ പുറത്തുനിർത്തിയാണ് സലാ അദ്ദിൻ അവളുടെ ഭവനത്തിലേക്ക് പ്രവേശിച്ചത്. പ്രായപൂർത്തിയായ വർക്കു മാത്രമായിരുന്നു അവളുടെ ഭവനത്തിന്റെ കവാടം കടക്കാനാവുക. ആറു വയസ്സുകാരൻ മകനെ പുറത്തു നിർത്താൻ സലാ അദ്ദിന് സങ്കോചമേതു മില്ലായിരുന്നു. കാരണം അയാൾ അവളിൽ അത്രമേൽ ആസക്തനായി വിവേകം നശിച്ചവനായ് തീർന്നിരുന്നു.

തന്നെ ആസക്തിയോടെ സമീപിച്ച അയാളെ തന്റെ കാൽക്കീഴിലിട്ട് ഞെരിച്ച് ലെബ്ബിലേക്ക് വലിച്ചെറിയുന്നതിനു പകരം കുശിനിയിലേക്കയച്ചു. ജീവൻ വിട്ടു പോകുന്ന നിമിഷത്തിന് തൊട്ടുമുന്നേവരെ അവളുടെ വശീകരിക്കുന്ന കുഴഞ്ഞ ചിരിയിൽ അയാൾ അടിമപ്പെട്ടുപോയിരുന്നു.

അന്ന് രാത്രി അവളുടെ അത്താഴമേശയിൽ സലാ അദ്ദിൻ വിഭവസമൃദ്ധമായ ഏഴ് അത്താഴ വിഭവങ്ങളായ് ചമഞ്ഞ് അവളെ വിരുന്നൂട്ടി. മനുഷ്യമാംസത്തിന്റെ രുചി അതീവഹൃദ്യമായി അവൾക്കനുഭവപ്പെട്ടു.,

അനന്തരം ബാൽസെബൂബിന്റെ രാത്രിയിലേക്ക്, ആയിരം തികഞ്ഞ രാത്രിയിലേക്ക്, അവൾ തന്റെ ഓർമ്മകളിലൂടെയുള്ള യാത്രയവസാനിപ്പിച്ച് തിരിച്ചു വന്നു.

രാത്രിമാഞ്ഞ് ഉഷസ്സായി, സന്ധ്യയായി ആയിരത്തി ഒന്നാം രാവിലേക്ക് പ്രവേശിച്ചു.

കാട്ടുചെമ്പകപ്പൂക്കളുടേയും, നീലത്താമരയിതളുകളുടേയും, വെളുത്ത പനിനീർ ദളങ്ങളുടേയും സുഗന്ധമലിയിച്ച ജലത്തിൽ നീരാടി, കാമമുണർത്തുന്ന വശ്യസുഗന്ധതൈലം പുരട്ടി, നീലയിൽ സ്വർണ്ണക്കസവുള്ള പുതുവസ്ത്രമണിഞ്ഞ്, റാസ് എന്ന മാലയും. ചാർത്തി, ആയിരത്തി ഒന്നാം രാവിന്റെ കൂടെ വരുന്ന അതിഥിയെ അവൾ ആകാംക്ഷയോടെ കാത്തിരുന്നു.

ഏഴുകടലും ഏഴു മലയും താണ്ടി പറക്കും കുതിരയിലേറി ആ അതിഥി അവളുടെ ഭവനത്തിൻ മുന്നിൽ ആയിരത്തി ഒന്നാം രാവിന്റെ കൂടെ പറന്നിറങ്ങി.

ഞാൻ ലസോന്ത സോസിം ബറനീസ്, പറക്കും കുതിരമേൽ വന്നിറങ്ങിയ, തന്റെ പുതിയ അതിഥിയെ ഇനിയുള്ള തന്റെ രാത്രികൾക്കായ് തന്റെ പേര് പറഞ്ഞ് ആവേശത്തോടെ പരിചയപ്പെട്ടു.

കന്യക, ഏഴുകടലും ഏഴുമലയും താണ്ടി വരുന്നു. ആയിരത്തി ഒന്നാം രാവിന്റെ അതിഥി തന്റെ വിശേഷണം മാത്രം പറഞ്ഞ് വെറും ഒരു നാഴികക്ക് വേണ്ടി തിരിച്ചും പരിചയപ്പെട്ടു.

ലസോന്ത കഴിഞ്ഞ ആയിരം രാവുകളായി തനിക്ക് ഇതുവരെ ഇല്ലാതിരുന്ന പ്രണയം എന്ന അനുഭൂതിയെ തിരിച്ചറിഞ്ഞ് കന്യകയെ ആലിംഗനം ചെയ്ത് അത്യാസക്തിയോടെ തന്റെ ചുണ്ടുകൾ കന്യകയുടെ ചുണ്ടുകളോടു ചേർത്തു. വിഷകന്യകയിലമർന്നിരുന്ന കൊടിയ വിഷം ലസോന്ത സോസിം ബറനീസിലേക്ക് പാനപാത്രം പോലെ പകർന്നു. അവളുടെ ശരീരം നീലനിറമായ് ധരിച്ചിരുന്ന പട്ടുവസ്ത്രത്തിന്റെ നിറത്തോട് ചേർന്നു. കൈയിലേക്ക് കുഴഞ്ഞു വീണ അവളെ കന്യക ലെബ്ബ് ലക്ഷ്യമാക്കി വലിച്ചെറിഞ്ഞു.

ലസോന്ത സോസിം ബറനീസ് ജീവനറ്റ് ഏഴു കഷ്ണങ്ങളായ് ലബ്ബിനു പുറത്ത് ചിതറി വീണു.

കഴിഞ്ഞ നൂറു രാവും പകലും ലസോന്തയുടെ ഭവനത്തിനു പുറത്ത്

ആകാംക്ഷയോടെ പിതാവിനെ കാത്തിരുന്ന ഖാസിം അദ്ദിന്റെ ചുമലിൽ കന്യക കൈ കൊണ്ട് മെല്ലെ തൊട്ടു.

കന്യകയേയും ഖാസിം അദ്ദിന്നേയും ചുമലിലേറ്റി പറക്കും കുതിര ഏഴു കടലും ഏഴു മലയും താണ്ടാനായി പൊങ്ങിപ്പറന്നുപോയി

കഥ വന്ന വഴി

ലസോന്ത എഴുതാനുണ്ടായ കാരണങ്ങൾ.

1 എഴുതുന്ന കഥകളിൽ വ്യത്യസ്ഥത കൊണ്ടുവരാനാഗ്രഹിക്കുന്നു എന്ന കാരണത്താൽ

2 പൂർണ്ണമായും ഒരു നുണക്കഥ എഴുതണമെന്ന ആഗ്രഹത്തിനാൽ

3 പാതിമയക്കത്തിൽ ലസോന്ത എന്ന സുന്ദരി സ്ഥിരമായി സ്വപ്നത്തിൽ വന്ന് മുഖം കാട്ടാതെ ഓടിമറഞ്ഞ് പറ്റിക്കുന്നതിന്റെ പ്രതികാരം തീർക്കാൻ.

4 HONORIA WAYNFLETE. എന്ന അഗതാക്രിസ്റ്റി കഥാപാത്രം ചെലുത്തിയ ചെറുതല്ലാത്ത സ്വാധീനത്താൽ

5 ജിന്ന് എന്നു വിളിക്കുന്ന എഴുത്തുകാരന്റെ മാജിക് റിയലിസം കലർന്ന കഥകൾ വായിച്ച് അതുപോലെ എഴുതാനുള്ള അത്യാഗ്രഹത്താൽ

6 നമുക്കു പാർക്കാൻ മുന്തിരിത്തോപ്പു വഴി പരിചയപ്പെട്ട ഉത്തമഗീതത്തിലെ സോളമനും ആയിരത്തൊന്നു രാവിലെ ഷെഹർസാദും ചെലുത്തിയ സ്വാധീനത്താൽ.

കോൺക്രീറ്റ് കാട്ടിലെ പുഴു

ആലുവയിൽനിന്നും യാത്രയാരംഭിക്കുന്ന പുഴു, കോൺക്രീറ്റ് കാട്ടിലൂടെയുള്ള ഇടുങ്ങിയ ഇടനാഴിയിലൂടെ ഓടി വന്ന് എന്നെ വിഴുങ്ങുന്നത് പേട്ടയിൽ വെച്ചാണ്. പിന്നെ തിരിഞ്ഞോടി, വളഞ്ഞ് പുളഞ്ഞ് പാഞ്ഞ് കളമശ്ശേരിയിൽ വെച്ച് എന്നെ പുറത്തേക്ക് തുപ്പും. കളമശ്ശേരിയിൽ നിന്ന് പുറത്തേക്കു വീണ എന്നെ വൈകുന്നേരം തിരികെ വിഴുങ്ങും. പേട്ടയിലെത്തി ഞാനതിൽനിന്നും പുറത്തേക്കിറങ്ങും. ആഴ്ചയവധി ഒഴികെ ഇത് ദിവസവും ആവർത്തിക്കും. പിന്നീടത് ഞായറാഴ്ചയും സംഭവിച്ചു തുടങ്ങി. അവധി ദിവസത്തെ ആലസ്യമില്ലാതെ മഹാരാജാസ് കോളേജ് ഗ്രൌണ്ടിലേക്കാണ് അതെന്നെ തുപ്പിയെറിയുക. അവിടെ നിന്ന് ഞാൻ പതിയെ എറണാകുളം പബ്ലിക്ക് ലൈബ്രറിയിലെ പുസ്തകക്കാട്ടിലേക്ക് നടന്ന് കയറും. അവിടെ ഞാനൊരു പുസ്തകപ്പുഴുവായ് മാറി പുസ്തകങ്ങൾ കരണ്ടു തുടങ്ങും. ഇടയ്ക്ക് വിശക്കുമ്പോൾ ഇന്ത്യൻ കോഫീ ഹൌസിൽ കയറി ബീറ്റ്റൂട്ട് കലർത്തിയ മസാലദോശയും കട്ലറ്റും ചായയും അകത്താക്കും. കോഫീഹൌസിൽ കയറി ചായ ഓർഡർ ചെയ്യുന്നതിലെ വൈരുദ്ധ്യത അറിയായ്കയല്ല. അവിടുത്തെ കാപ്പി മണം ശ്വസിച്ച് ചായകുടിക്കാനാണ് പക്ഷെ ഇഷ്ടം. ചായയിൽ ബീറ്റ്റൂട്ട് കലർത്താത്തതിൽ അവരെപ്പോലെ ഞാനും ശോകം പൂണ്ട് നെടുവീർപ്പുമിട്ട് വീണ്ടും പുസ്തകക്കാട്ടിലേക്ക് കയറും. വൈകുന്നേരമാകുമ്പോൾ ഏറ്റവും കനമുള്ള നാല് പുസ്തകങ്ങളുമായി തിരികെ മഹാരാജാസ് കോളേജ് ഗ്രൌണ്ടിലെത്തി അത് എന്നെ വിഴുങ്ങാനായ് കാത്തിരിക്കും. അതോടി വന്ന് എന്നെ വിഴുങ്ങി പേട്ടയിലെത്തി എന്നെ തുപ്പിയെറിഞ്ഞ് തെല്ലു വിശ്രമിച്ച് വീണ്ടും പലരേയും വിഴുങ്ങി തന്റെ യാത്ര തുടരും.

പരിചയപ്പെടുത്താൻ മറന്നു, ഞാൻ നിരഞ്ജൻ ദാസ്, 40 വയസ്സായി, വിഭാര്യനാണ്, കുട്ടികളില്ല. തമിഴ്നാട്ടിലെ കാഞ്ചീപുരത്തുള്ള അപ്പോളോയിൽ നിന്നും കൊച്ചിയിലേക്ക് സ്ഥലം മാറ്റം വാങ്ങി വന്നിട്ട് കഷ്ടിച്ച് രണ്ടുമാസം. കണ്ണൂരിലെ പുഴാതിയിലാണ് വേരുകൾ. തറവാട്ടിൽ അനിയനും കുടുംബവും താമസിക്കുന്നു. അമ്മയും അനിയന്റെ കൂടെയാണ്. എം.ബി.എ ഫിനാൻസ് ആണ് പഠിച്ചത്. അപ്പോളോവിൽ ഫിനാൻസ് മാനേജർ. സുഹൃത്തുക്കൾ ഇല്ല എന്നുതന്നെ പറയാം. ജോലിക്കപ്പുറമുള്ള ഏകാന്തത ശ്വാസം മുട്ടിച്ചപ്പോഴാണ് എറണാകുളം പബ്ലിക്ക് ലൈബ്രറിയിൽ മെമ്പർഷിപ്പ് എടുത്ത് വായനാശീലം തുടങ്ങിയത്. ഇപ്പോൾ ജോലി അതുകഴിഞ്ഞാൽ വായന, ഇതിലൊതുങ്ങി ജീവിതം മുന്നോട്ട് പോകുന്നു.

അവധിദിവസങ്ങളിൽ മഹാരാജാസ് കോളേജ് ഗ്രൌണ്ടിലേക്ക് അതെന്നെ തുപ്പിയെറിഞ്ഞ് മുന്നോട്ട് വളഞ്ഞ് പുളഞ്ഞ് ഓടിപ്പോകും. ജോലിക്ക് പോകുന്ന ദിവസങ്ങളിൽ നീല കലർന്ന നരച്ച ഒരു പുഴുവായാണ്

എനിക്കതിനെ കാണാനാവുക. ഭാവനാസമൃദ്ധമായ പുസ്തകക്കാട്ടിലേക്ക് പോകുമ്പോഴും തിരികെ വരുമ്പോഴും കഥാകൃത്തുക്കളുടെയൊപ്പം എന്റെയും ക്രിയാത്മക സങ്കൽപ്പങ്ങൾക്ക് ചിറകുമുളക്കുന്നതുകൊണ്ടാവണം അതിനെ എനിക്ക് ഉയർന്നു പറക്കാൻ വെമ്പുന്ന ചിത്രശലഭപ്പുഴുവായാണ് തോന്നുക.

അതിന്റെ വയറിൽ നിന്നും പുറത്തിറങ്ങി ഞാൻ പതിയെ നടന്ന് പുസ്തകക്കാട്ടിലെത്തും. ആദ്യമായി പുസ്തകക്കാട്ടിലെത്തിയപ്പോൾ അവിടുത്തെ ബാഹുല്യം എന്നെ അമ്പരപ്പിച്ചു. എവിടുന്നെങ്കിലും പുസ്തകങ്ങളെ കരണ്ടു തുടങ്ങണമല്ലോ.അങ്ങനെയാണ് മലയാളം ഫിക്ഷൻ വിഭാഗത്തിനെ ലക്ഷ്യം വെച്ച് നീങ്ങിയത്. പുസ്തകക്കാട്ടിന് ഇടയിലൂടെയുള്ള ഇടുങ്ങിയ ഇടനാഴിയിലൂടെ നടന്ന എനിക്ക് സ്വാഭാവികമായും വഴിതെറ്റി.വഴി ചോദിക്കാൻ അവിടെ കനത്ത നിശബ്ദത മാത്രമേ ഉണ്ടായിരുന്നു. അപ്പോഴാണ് ഞാനയാളെ കണ്ടത് ഗൌരവമുഖഭാവത്തോടെ ക്രൈം ഫിക്ഷൻ സെക്ഷനിൽ പുസ്തകങ്ങൾ തിരയുന്ന ആറടി പൊക്കമുള്ള ഒരാൾ. കൈയിൽ കോനൻ ഡോയലിന്റെ ഹൌണ്ട് ഓഫ് ബാസ്കർവിൽ, മലയാളം ഫിക്ഷൻ? ഞാൻ അയാളോട് ചോദിച്ചു. അയാൾ മൂന്നാമത്തെ റാക്കിലേക്ക് കണ്ണ് ചൂണ്ടി, തിരിച്ച് പുസ്കങ്ങളിലേക്ക് ഊളയിട്ടു. അവിടെ മലയാളം ഫിക്ഷന്റെ പുസ്തക ക്കാടുകൾ പൂത്തു നിൽക്കുന്നു. മലായാറ്റൂരിന്റെ യന്ത്രമാണ് ആദ്യം കണ്ടത്. പിന്നെ തകഴി, ബഷീർ, ലളിതാംബിക അന്തർജനം, അവരിലൂടെ കടന്ന് ചെറുപ്പം മുതൽ ഞാൻ കേട്ടുകൊണ്ടിരുന്ന പക്ഷെ ഒരു കഥപോലും വായിച്ചിട്ടില്ലാത്ത ആ കഥാകാരിയുടെ പുസ്തകങ്ങൾക്കടുത്തെത്തി. നീർമാതളം എനിക്ക് നിറയെ തണൽ തന്നു. ഞാനതിന്റെ ചുവട്ടിൽ തന്നെ ചുറ്റിപ്പറ്റിനിന്നു. കാരണം വേറൊന്നുമല്ല. ആ കഥ.

'നെയ്പ്പായസം'

അതാണ് എന്നെ വല്ലാതെ ഉലച്ചുകളഞ്ഞത്. എന്റെ ഭാര്യ, സാക്ഷി നന്നായി നെയ്പ്പായസം ഉണ്ടാക്കുമായിരുന്നു. ഓട്ടുരുളിയിൽ ഉണക്കലരിയും ശർക്കരയും നെയ്യും ഉണക്കമുന്തിരിയും ആവശ്യത്തിന് ചേർത്തിളക്കി അവസാനം നെയ്യിൽ വറുത്ത തേങ്ങാക്കൊത്തും വിതറി അവൾ എനിക്ക് നെയ്പ്പായസമുണ്ടാക്കിത്തരും. അവളുടെ സ്നേഹം മുഴുവനും ആ നെയ്പ്പായസത്തിൽ മുങ്ങിക്കിടക്കും ഞാനതിൽ മുങ്ങാങ്കുഴിയിടും. ഞങ്ങളുടെ ഫ്ളാറ്റിൽ അവളുണ്ടാക്കിത്തന്ന നെയ്പ്പായസവും കഴിച്ച് ബാൽക്കണിയിൽ അവളോട് ചേർന്നിരുന്ന് മേഘങ്ങളെ കണ്ടിരിക്കുമ്പോഴാണ് അവൾ ഒരു ചെറിയ ഏങ്ങലോടെ എന്റെ കയ്യിലേക്ക് കുഴഞ്ഞ് വീണ് മരിച്ചത്. അങ്ങനെയാണ് ഞാൻ വിഭാര്യനായിപ്പോയത്. അവളുടെ ശ്വാസം തിങ്ങിയ ഫ്ളാറ്റിൽ തനിച്ചായിപ്പോയ എനിക്ക് ശ്വാസം മുട്ടി. അവളില്ലാത്ത പട്ടണത്തെ ഞാൻ വെറുത്തു. നഗരത്തിൽ നിന്ന് ഒളിച്ചോടാൻ തീരുമാനിച്ചു. അപ്പോഴാണ് കൊച്ചി അപ്പോളോയിൽ ഫിനാൻസ് മാനേജറുടെ ഒഴിവ് വന്നത്. നഗരത്തിലെ

ഫ്ളാറ്റ് വിറ്റു. എറണാകുളത്ത് നഗരം അവസാനിക്കുന്ന പേട്ടയിൽ ഒരു നല്ല അപ്പാർട്ട്മെന്റ് വാങ്ങി.അവിടെ നിന്നും കളമശ്ശേരി അപ്പോളോയിലേക്ക് പതിനൊന്ന് കിലോമീറ്റർ.ഒറ്റത്തൂണിൽ തങ്ങി നിന്ന് ഒറ്റയടിപ്പാതയിലൂടെ കോൺക്രീറ്റ് കാടിന്റെ ഇടയിലൂടെ വളഞ്ഞു പുളഞ്ഞോടുന്ന ആ നീലപ്പുഴുവിന്റെ വയറ്റിലേക്ക് ദിവസവും കയറുവാൻ ഞാൻ തിരഞ്ഞെടുത്ത സ്ഥലമായി പേട്ട, എന്ന പൂണിത്തുറ.

സുതാര്യമായ പുഴു വയറിലൂടെ ഞാൻ കാണാറുള്ള പുറം കാഴ്ചകൾ പൊതുവേ വിരസമാണ്. പേട്ടയിൽ നിന്ന് അതിനൊപ്പം യാത്ര തുടങ്ങുമ്പോൾ മീൻ മണമുള്ള ചമ്പക്കര മാർക്കറ്റ് കഴിഞ്ഞ് താഴെ ചമ്പക്കര കനാൽ തെളിയും. വൈറ്റില ഹബ്ബിലെത്തുന്നതിനു മുൻപ് വലതുഭാഗത്തായി കുറച്ച് പച്ചപ്പ്. ശേഷം കോൺക്രീറ്റ് കാടുകൾക്കിടയിലുള്ള ഇടുങ്ങിയ ഇടനാഴിയിലേക്ക് പുഴു പ്രവേശിക്കും. എനിക്ക് ശ്വാസം മുട്ടിത്തുടങ്ങും.പുറം കാഴ്ചകളിൽ നിന്നും രക്ഷപ്പെടാനായി ഞാൻ കൈയിൽ കരുതാറുള്ള പുസ്തകത്തിലേക്ക് തല പൂഴ്ത്തും. പതിവായി അങ്ങനെ ചെയ്യാറുള്ളതുകൊണ്ടായിരിക്കണം ആ മനോഹര കാഴ്ച ഞാൻ ഇതുവരെ കാണാതെ പോയത്. പോരാത്തതിന് പുഴുവയറിനുള്ളിൽ ഇടതുവശം പറ്റിച്ചേർന്നിരുന്നാൽ മാത്രമേ ആ കാഴ്ച വ്യക്തമായി കാണാനാകുമായിരുന്നുള്ളൂ.

മിനുസമുള്ള ഒറ്റക്കൽ തൂണുകളുടെ മുകളിലൂടെ സൃഷ്ടിച്ച ഒറ്റയടിപ്പാതയിലൂടെ അത് പതിവുപോലെ വളഞ്ഞുപുളഞ്ഞ് ഓടുകയായിയിരുന്നു. ശമീകമഹർഷിയുടെ മകൻ ശൃംഗിയാൽ ശാപഗ്രസ്ഥനായ പരീക്ഷിത്ത് മഹാരാജാവ് ഒറ്റക്കൽ തൂണിനുമേൽ പണികഴിപ്പിച്ച മന്ദിരത്തിനുള്ളിൽ മഹാഭാരതകഥകൾ കേട്ട്, പഴത്തിനുള്ളിൽ പുഴുവായ് ഒളിച്ചിരുന്ന തക്ഷകനാൽ ദംശിക്കാൻ കാത്തിരുന്നു. ഞാനാകട്ടെ ഒറ്റക്കൽ തൂണിനു മേലേ കുതിച്ചു പായുന്ന പുഴുവയറിനുള്ളിൽ വ്യാസഭാരത കഥക്കുള്ളിലും. അപ്പോഴാണ് ആ മണം എനിക്ക് ചുറ്റും വീശിയടിച്ചത്.

കൊതിപ്പിക്കുന്ന പായസത്തിന്റെ, എന്റെ പ്രിയപ്പെട്ട നെയ്പ്പായസത്തിന്റെ മണം, പഴയ ഫ്ളാറ്റിലാണ് എന്നാണ് ആദ്യം വിചാരിച്ചത്. സാക്ഷി അടുക്കളയിൽ നെയ്പ്പായസമുണ്ടാക്കുന്നുവെന്നും. 'ഭാരതത്തിൽ' നിന്നും ഞെട്ടി മാറി ചുറ്റും പകച്ചു നോക്കി. നീലപ്പുഴുവിന്റെ ഉള്ളിൽ തന്നെയാണ് ഞാൻ.കടവന്ത്ര കടന്ന് അത് സൗത്തിലെത്താറായി. സുതാര്യമായ അതിന്റെ വയറിനുള്ളിലിരുന്ന് ഞാനാ കാഴ്ച കണ്ടു.

കുറച്ചു ദൂരെയായി ഒരു അപ്പാർട്ട്മെന്റിന്റെ വലിയ വിസ്താരമേറിയ ബാൽക്കണി. അതിൽ കൊത്തുപണികളോടുകൂടിയ ഭംഗിയുള്ള ഒരു മരക്ക സേരയിൽ അവർ.

'നെയ്പ്പായസമെഴുതിയ കഥാകാരി'!!

ചുവന്ന കരയുള്ള പച്ചപ്പട്ടുസാരി ചുറ്റി, ചുവന്ന കുപ്പിവളകളണിഞ്ഞ് പ്രകാശപൂരിതമായ മുഖം. മുൻപിൽ ടീപ്പോയിലെ കപ്പിൽ നിന്നും ആവി പൊന്തുന്നു. അടുത്ത് മദ്ധ്യവയസ്സു കഴിഞ്ഞ മറ്റൊരു സ്ത്രീ ഭവ്യതയോടെ

നിൽക്കുന്നുണ്ട്. കണ്ടിട്ടുള്ള ഫോട്ടോകളുടേയും വീഡിയോ ദൃശ്യങ്ങളുടേയും പിൻബലത്തിൽ ഞാനുറപ്പിച്ചു. അത് അവർ തന്നെ.

'നെയ്പ്പായസമെഴുതിയ കഥാകാരി'!!

ഏതാണ്ട് പതിനഞ്ച് സെക്കന്റ് നേരം ഞാനാ കാഴ്ച കണ്ടു. നീലപ്പുഴു മുന്നോട്ടോടി ആ ദൃശ്യത്തെ പിന്നിലാക്കി, പിന്നെ അതിനെ മറച്ചുകളഞ്ഞ് സൗത്തിലെത്തി നിന്നു. ചിലരെ തുപ്പി പുറത്തിട്ടു മറ്റു ചിലരെ വിഴുങ്ങി, പിന്നെ വീണ്ടും വളഞ്ഞു പുളഞ്ഞ് ഓടിത്തുടങ്ങി.

മഹാഭാരത വായനയിലേക്ക് തിരികെ ചെല്ലാൻ ശ്രമിച്ചെങ്കിലും എനിക്ക് ഭാരത യാത്രയിൽ മനസ്സുറച്ചില്ല. ഉള്ളം നിറയെ ആ കാഴ്ചയായിരുന്നു, ആ ദിവസം മുഴുവനും. ജോലികഴിഞ്ഞ് അതിനുള്ളിലിരുന്ന് തിരികെ മടങ്ങിയപ്പോൾ രാത്രി കനത്തിരുന്നു. അപ്പാർട്ട്മെന്റാകെ ഇരുട്ടിലാണ്ടുകിടന്നു. കഥാകാരി ഉറങ്ങിക്കാണും. അടുത്ത ദിവസം മുതൽ കൊച്ചിയെ നനച്ചു കൊണ്ട് പ്രളയമഴയെത്തി. എന്നെ നിരാശപ്പെടുത്തിക്കൊണ്ട് അവരുടെ അപ്പാർട്ട്മെന്റിന്റെ ബാൽക്കണി ചില്ലുജനൽപ്പാളി കൊണ്ട് അടച്ച് കർട്ടനുകൾ വലിച്ചിട്ടിരുന്നു. അവർക്ക് മഴ കണ്ട് കഥയെഴുതിക്കൂടായിരുന്നോ? മഴ കവികൾക്കും കഥയെഴുതുന്നവർക്കും വലിയ പ്രചോദനമാണ് എന്നാണ് ഞാൻ ധരിച്ചിരുന്നത്. അങ്ങനെ പെയ്യുന്ന മഴത്തുള്ളിക്കിടയിലൂടെ എനിക്ക് അവരേയും കാണാമായിരുന്നു. പിന്നീടുള്ള ദിവസങ്ങളും എനിക്ക് നിരാശയാണ് സമ്മാനിച്ചത്. വരും ദിനങ്ങളിലും, കനത്ത മഴയും അടഞ്ഞ ബാൽക്കണിയും സുന്ദരമായ ആ കാഴ്ച എനിക്ക് നിഷേധിച്ചുകൊണ്ടിരുന്നു. പക്ഷെ എന്റെ യാത്രക്കിടയിൽ കടവന്ത്ര കഴിയുമ്പോൾത്തന്നെ കഥാകാരിയുടെ ശക്തമായ സാന്നിദ്ധ്യം എനിക്ക് അനുഭവപ്പെട്ടു തുടങ്ങും. ആ കാഴ്ച വീണ്ടും വീണ്ടും കാണാൻ ഞാൻ അതിശക്തമായി ആഗ്രഹിച്ചു.

എറണാകുളം സൗത്തിൽ അമ്പാടി അപ്പാർട്ട്മെന്റ്, അവിടെയാണ് കഥാകാരി താമസിക്കുന്നത്. ദ്വാരക ഹോട്ടലിന് പുറകിൽ. ഇത് പറഞ്ഞു തന്നത് രാമുവാണ്. പബ്ലിക്ക് ലൈബ്രറിയിലെ ലൈബ്രേറിയൻ രാമചന്ദ്രൻ. എനിക്ക് ലൈബ്രറിയിൽ പരിചയമുള്ള, എന്നോട് സംസാരിക്കാറുള്ള ഒരേ ഒരാൾ. നിരഞ്ജൻ, ശരിക്കും നിങ്ങളാ കാഴ്ച കണ്ടോ, രാമുവിന്റെ ചോദ്യത്തിൽ കൗതുകമോ അവിശ്വസനീയതയോ കലർന്ന ഭാവമായിരുന്നു. രാമുവിന് എന്നെ വിശ്വാസമില്ലാത്തതുപോലെ. ഉവ്വ്, ഞാൻ ശക്തമായി തലയാട്ടി. ആ കാഴ്ച എന്റെ മനസ്സിൽ വീണ്ടും ഊറിവന്നു.

ആ ഒരൊറ്റ കാഴ്ചയിൽ കഥാകാരിയെ കണ്ടതുമുതൽ ആ ആഗ്രഹം ശക്തമായി തലപൊക്കിയിരുന്നു. രാമുവിനോടു മാത്രമേ അത് പറയാൻ പറ്റൂ. അങ്ങനെയാണ് ഞാനാ കാഴ്ചയെ പറ്റി പറഞ്ഞ് രാമുവിന്റെ മുന്നിൽ മനസ്സു തുറന്നത്.

എനിക്കവരെ കാണണം, നെയ്പ്പായസമെഴുതിയ കഥാകാരിയെ. എന്നിട്ട് എന്റെ സാക്ഷി ഉണ്ടാക്കുന്ന നെയ്പ്പായസത്തെ പറ്റി പറയണം. സാക്ഷി വാനർജിയെ പരിചയമുണ്ടോ എന്ന് ചോദിക്കണം. സാക്ഷി കൊൽക്കത്ത

യിലാണ് ജനിച്ചു വളർന്നത്. കഥാകാരിയും അവിടെ ഉണ്ടായിരുന്നല്ലോ. അതിനാൽ പരിചയം കാണുമായിരിക്കും. അവൾ ഉണ്ടാക്കിയ നെയ്പ്പായസം അവർ കഴിച്ചിട്ടുണ്ടോ എന്ന് അന്വേഷിക്കണം. അവളെ പരിചയമുണ്ടായിരുന്നു എങ്കിൽ അവൾ കഥയിൽ പറയുന്ന പോലെ ഹൃദയം നിലച്ച് മരിച്ചു പോയി എന്ന് പറയണം. അവരുടെ വിലപ്പെട്ട സമയം എനിക്ക് വേണ്ടി തന്ന് എന്റെ സാക്ഷിയെ പറ്റി കേട്ടതിന് നന്ദി പറയണം, മടങ്ങണം, അത്രമാത്രം.

അതത്ര എളുപ്പമല്ല നിരഞ്ജൻ, ഒരർത്ഥത്തിൽ അത് അസാദ്ധ്യമാണ്. രാമു നിരുത്സാഹപ്പെടുത്താൻ നോക്കി. പക്ഷെ കഥാകാരിയെ നേരിട്ട് കാണാനുള്ള പോംവഴി പറഞ്ഞുതരാൻ ഞാൻ രാമുവിനെ നിർബന്ധിച്ചുകൊണ്ടേ ഇരുന്നു. അങ്ങനെ അറ്റ കൈയ്ക്കാണ് രാമു അയാളെ ചൂണ്ടിക്കാണിച്ചു തരുന്നത്. താൻ കഥാകാരിയുടെ ഒപ്പം മദ്ധ്യവയസ്സു കഴിഞ്ഞ ഒരു സ്ത്രീയെ കണ്ടു എന്നല്ലേ പറഞ്ഞത്. ആ സ്ത്രീയുടെ മകനാണ് അത്. ലൈബ്രറിയിൽ പുസ്തകങ്ങൾ തിരയുന്ന ഒരാളെ ചൂണ്ടി രാമു പറഞ്ഞു. അയാളെ ഞാൻ കണ്ടിട്ടുണ്ടായിരുന്നു. ആദ്യമായി ലൈബ്രറിയിലേക്ക് കയറിയപ്പോൾ ഷെർലക് ഹോംസിനേയും കയ്യിൽ വെച്ച് എനിക്ക് മലയാളം ഫിക്ഷൻ സെക്ഷൻ കണ്ണുകൊണ്ട് ചൂണ്ടിക്കാണിച്ചുതന്ന മനുഷ്യൻ. അയാൾ ലൈബ്രറിയിൽ നിന്ന് പുറത്തിറങ്ങി ഇന്ത്യൻ കോഫീ ഹൌസിലേക്ക് നടക്കുന്നത് കണ്ട് ഞാനയാളെ പിൻതുടർന്നു.

അങ്ങനെയൊരു കാഴ്ച നിങ്ങൾ ശരിക്കും കണ്ടോ, കഥാകാരിയുടെ ഒപ്പം എന്റെ അമ്മയേയും നിങ്ങൾ കണ്ടോ. ആകാംക്ഷ കാരണം അയാളുടെ മുഖം ബീറ്റ്റൂട്ട് പോലെ ചുവന്നിരുന്നു. ഞങ്ങൾ ഇന്ത്യൻ കോഫീ ഹൌസിലെ ടേബിളിൽ വെച്ച മസാലദോശയുടെ ഇരുവശങ്ങളിൽ നിന്നും സംസാരിച്ചു തുടങ്ങി. ഞാൻ അവിടുത്തെ കസ്റ്റമറായും അയാൾ അവിടുത്തെ വിളമ്പുകാരനായും. വെള്ളവിശറിത്തലപ്പാവ് വെച്ച് അയാളായിരുന്നു ഞായറാഴ്ചകളിൽ എനിക്ക് ഭക്ഷണം വിളമ്പി തന്നുകൊണ്ടിരുന്നത്. പുസ്തകത്താളുകളിൽ നോക്കി ഭക്ഷണം കഴിക്കുക പതിവായതുകൊണ്ട് ഞാനയാളെ കണ്ടിരുന്നില്ല. ഞാൻ നിങ്ങളെ എല്ലാ ഞായറാഴ്ചയും കാണുമായിരുന്നു. നിങ്ങൾ എന്നെ ശ്രദ്ധിച്ചിരുന്നില്ല. അയാൾ പറഞ്ഞു. അന്ന് ഞായറാഴ്ചയിലെ അലസമാർന്ന ഉച്ചവേളയിൽ റസ്റ്ററാന്റിലെ മിക്കവാറും മേശകളും കാലിയായിരുന്നു. അതിനാൽ അയാൾക്ക് വലിയ ജോലിത്തിരക്കുണ്ടായിരുന്നില്ല.

അയാൾ ചോദ്യം ആവർത്തിച്ചു. നിങ്ങളാ കാഴ്ച ശരിക്കും കണ്ടോ.

ഉവ്വ്, കഥാകാരിയുടെ അടുത്തു നിന്ന നിങ്ങളുടെ അമ്മ ഒരു വയലറ്റ് നിറത്തിലുള്ള സാരിയും വെളുത്ത ബ്ലൌസുമാണ് ധരിച്ചിരുന്നത്. അവിശ്വസനീയതയോടെ അയാൾ എന്നെ തുറിച്ചു നോക്കി. കഥാകാരി അവസാനം നാലപ്പാട് സന്ദർശിച്ചപ്പോൾ അവരോടൊപ്പമുണ്ടായിരുന്ന അമ്മ ആ സാരിയാണ് ധരിച്ചിരുന്നത്. യൂ ട്യൂബിൽ അമ്മയെ അങ്ങനെയാണ് ഇടക്കിടക്ക് ഞാൻ കാണാറ്. അയാൾ അയാളോടു തന്നെ പിറുപിറുക്കുന്നത് എനിക്കും കേൾക്കാമായിരുന്നു. എന്റെ അമ്മയും അപ്പോഴാണ് കഥാകാരിയോടൊപ്പം

നീർമാതളം പൂക്കുന്നത് കാണാൻ പോയത്. ആദ്യമായും, അവസാനമായും. ആ സന്ദർശനത്തിന് ശേഷം, ഒൻപതു കൊല്ലം മുന്നേയാണ് അമ്മ വീട്ടിൽ നിന്ന് ഇറങ്ങിപ്പോയത്.

ഒരു സ്വപ്നത്തിൽ നിന്ന് ഞെട്ടി ഉണർന്ന് വന്നപോലെ അയാൾ പൊടുന്നനെ എന്നോട് ആവേശത്തോടെ സംസാരിക്കാൻ തുടങ്ങി. എനിക്കും ആ കാഴ്ച കാണണം. എന്നാലേ ഞാനത് വിശ്വസിക്കൂ, ഞാനും വരാം നിങ്ങളോടൊപ്പം.

അങ്ങനെ പിറ്റേന്ന് രാവിലെ തന്നെ അയാൾ എന്റെ ഫ്ളാറ്റിലെത്തി. ഞാൻ താമസിക്കുന്നതിന് അടുത്തു തന്നെയായിരുന്നു അയാളും താമസിച്ചിരുന്നത്. ഞങ്ങൾ പുഴുവിനുള്ളിൽ കയറാൻ വേണ്ടി പതിയെ നടക്കാൻ തുടങ്ങി. വഴിയിൽ നിറയേ എരകൻപുല്ലുകൾ. ഇരുതലമൂർച്ചയുള്ള അവ ഞങ്ങളെ രണ്ടുപേരേയും ഒരുമിച്ച് മുറിവേൽപ്പിച്ചുകൊണ്ടിരുന്നു. മുറിവിൽ നിന്ന് ചോര പൊടിഞ്ഞു. പക്ഷെ ഞങ്ങൾ അതറിഞ്ഞതേയില്ല.

നല്ല തെളിഞ്ഞ പ്രഭാതം, ഞാൻ ഉൽസാഹത്തിലായി, കുറേ നാളുകൾക്കുശേഷം മഴമാറി വെയിൽ തെളിഞ്ഞിരിക്കുന്നു. ഇന്ന് അവരുടെ ബാൽക്കണിയുടെ ജനാലകൾ തുറന്നിട്ടിട്ടുണ്ടാകും, തീർച്ച. എനിക്ക് ആ കാഴ്ച കാണാനാവും, കൂടെ അയാൾക്കും. ആലുവായിൽ നിന്നും പേട്ടയിലെത്തി തെല്ല് വിശ്രമിച്ച് പുഴു ഞങ്ങളെ വിഴുങ്ങി. അതിന് വിഴുങ്ങാൻ ഞങ്ങൾ മാത്രമേ അപ്പോൾ അവിടെ ഉണ്ടായിരുന്നുള്ളൂ.

വേറെ ആരേയും കാത്തുനിൽക്കാതെ ഞങ്ങൾ പുറപ്പെട്ടു. താഴെ ജീവന്റെ കുഴൽ പോലെ ചമ്പക്കര കനാലിലെ ജലം. ദ്വാരകയിലേക്ക് നോക്കി അമ്പാടിയിലെ ബാൽക്കണിയിൽ കൊത്തുപണികൾ നിറഞ്ഞ ആ ഭംഗിയുള്ള കൈക്കസേരയിൽ അവർ ഇരിക്കുന്നുണ്ടാകും. അയാളുടെ അമ്മ കഥാകാരിയുടെ അടുത്ത് ഭവ്യതയോടെ നിൽക്കുന്നുണ്ടാവണം.

ഞങ്ങളെ ആ കാഴ്ച കാണിക്കാനായ് കോൺക്രീറ്റ് കാട്ടിലൂടെ ആ ചിത്രശലഭപ്പുഴു ഉൽസാഹത്തോടെ വളഞ്ഞ് പുളഞ്ഞ് മുന്നോട്ട് പോയിക്കൊണ്ടിരുന്നു. എനിക്ക് ചുറ്റും കൊതിയൂറുന്ന നെയ്പ്പായസത്തിന്റെ മണം ഉയരാൻ തുടങ്ങി.

കഥ വന്ന വഴി

മൂന്ന് അമ്മമാർക്കുള്ള സമർപ്പണമാണ് ഈ കഥ
വിശാലം രാമസ്വാമി എന്ന എന്റെ മാത്രം അമ്മ.
ബാലാമണിയമ്മ എന്ന മലയാളത്തിന്റെ അമ്മ.
മലയാളത്തിന്റെ ആ അമ്മയുടെ മകളായ ആ നാലപ്പാട്ടെ നീർമാതളം.

1994 ആണെന്നാണ് ഓർമ്മ അമ്പാടി അപ്പാർമെന്റിൽ മകളുടെ അടുത്തെത്തിയ ആ മലയാളത്തിന്റെ അമ്മയെ ഇത്തിരി മധുരവുമായി ചെന്നു

കണ്ട ആ നിറവോർമ്മകളുടെ സ്മരണ.

പതിമൂന്ന് കൊല്ലത്തോളം മാധവിക്കുട്ടിയുടെ personal staff ൽ സേവന മനുഷ്ഠിച്ച് നീർമാതളത്തിനു പുറകേ സ്വർഗ്ഗത്തിലും ഭക്ഷണമുണ്ടാക്കി കൊടുക്കാൻ പോയ അമ്മയേയും നെയ്പ്പായസം വെച്ച കഥാകാരിയേയും കൊച്ചിൻ മെട്രോയിൽ സഞ്ചരിക്കുമ്പോൾ ഞാൻ അമ്പാടി അപ്പാർട്ട്മെന്റിലെ ബാൽക്കണിയിൽ ഇരിക്കുന്നത് കണ്ടു എന്ന എന്റെ ഹാലൂസിനേഷനിലാണ് ഈ കഥ പിറന്നത്.

സുഹൃത്ത് റിഹാന്റെ ആദ്യ മെട്രോ യാത്രയിൽ ഇതിനെ എനിക്ക് വലിയൊരു പുഴുവായാണ് തോന്നാറ് എന്ന എന്റെ തോന്നൽ പങ്കു വെച്ചു. റിഹാൻ അതിൽ ഒരു കഥാസാദ്ധ്യത ചൂണ്ടിക്കാണിച്ചതും മറ്റൊരു കാരണം

മൂല്യശ്രുതി മാഗസിനിൽ ഈ കഥ 2021 ജനുവരിയിൽ പ്രസിദ്ധീകരിച്ച അസോസിയേറ്റ് എഡിറ്റർ പ്രമോദിനോട് നന്ദിയും കടപ്പാടും.

മിസ്സിസ്സ് എക്സ്

അയാളുടെ വീടിന്റെ തട്ടിൻപുറത്താണ് ഞാൻ ജനിച്ചത്. ജനിച്ചത് മാത്രമല്ല വളർന്നതും ഇണ ചേർന്നതും കുഞ്ഞുങ്ങളെ പ്രസവിച്ചതും എല്ലാം ഈ തട്ടിൻപുറത്ത് തന്നെയായിരുന്നു. ഏഷ്യൻ പാം സിവെറ്റ് എന്നാണ് ഞങ്ങളുടെ ഗമയിലുള്ള പേര്, ശാസ്ത്രീയ നാമം പറഞ്ഞാൽ നിങ്ങൾക്ക് നാക്കുളുക്കും. ആ പേര് അറിയണമെന്ന് നിർബന്ധമുള്ളവർ നിങ്ങളുടെ ഗൂഗിൾ ഗുരുവിനോട് ചോദിക്കുക. വല്യ പകിട്ടൊന്നുമില്ലാതെ എന്നെ നിങ്ങളൊക്കെ വിളിക്കുന്നത് 'മരപ്പട്ടി' എന്നാണ്. ആളുകളെ ഒരു പേര് കൂട്ടിവിളിക്കാനിഷ്ടപ്പെടുന്ന നിങ്ങൾക്ക്, നിർബന്ധമാണെങ്കിൽ എന്നെ മിസ്സിസ്സ് എക്സ് എന്ന് വിളിച്ചോളൂ. പലരും സ്വഭാവം കൊണ്ട് മിസ്റ്റർ എക്സ് ആകുന്ന ഇക്കാലത്ത് എന്നെ ഇങ്ങനെ വിളിക്കുന്നതിൽ വലിയ തെറ്റൊന്നുമില്ല. മിസ്റ്റർ എക്സുമാരെ പോലെ ഞാൻ മുഖംമൂടിയൊന്നും അണിഞ്ഞിട്ടുമില്ല.

ഇത് എന്റെ കഥയോ കാര്യമോ അല്ല, അയാളുടെ കഥയാണ്. ആ വാടകവീട്ടിലെ തട്ടിൻപുറത്ത് കഴിഞ്ഞ പന്ത്രണ്ടു വർഷമായി ഞാനയാളെ കാണുന്നു, അല്ല നിരീക്ഷിക്കുന്നു. ആ നിരീക്ഷണഫലങ്ങളും നിഗമനങ്ങളുമാണ് ഞാൻ ഇവിടെ പറയുന്നത്.

അയാളുടെ കടുത്ത ഏകാന്തവാസത്തിനിടെ അയാൾ പോലുമറിയാതെ ആ ഏകാന്തത മാറ്റാനൊരാളുണ്ടായിരുന്നു. നിരീക്ഷണബുദ്ധി ഒട്ടുമില്ലാതിരുന്ന അയാൾ അത് തിരിച്ചറിഞ്ഞിരുന്നില്ല എന്നു മാത്രമല്ല, കണ്ണാടിയിൽ നോക്കി ഒറ്റപ്പെട്ടു പോയതിനെപറ്റി സ്വയം പരിഭവംപറയുന്നത് സ്ഥിരം പതിവായിരുന്നു. അയാളെ ജീവനുതുല്യം സ്നേഹിക്കുന്നവളെ എനിക്കറിയാമായിരുന്നു. ഞാനല്ലല്ലോ ആ സ്നേഹം തിരിച്ചറിയേണ്ടത്? അയാളെ മാത്രം കുറ്റം പറഞ്ഞിട്ടെന്തുകാര്യം നിങ്ങളെല്ലാവരും നിങ്ങൾ ഇഷ്ടപ്പെടുന്ന ആൾക്കാരുടെ പുറകേ സ്നേഹത്തിനു വേണ്ടി അലയും. നിങ്ങളെ സ്നേഹിക്കുന്ന ആൾ മുഴുവലിപ്പത്തിൽ മുന്നിൽ വന്നാൽ പോലും പകൽ വെളിച്ചത്തിലെ മൂങ്ങയെ പോലെ അവരെയൊന്നും കാണാനാവാത്ത കുരുടൻമാരെ പോലെ പെരുമാറുകയും ചെയ്യും.

അയാളുടെ അമ്മയുടെ ഒപ്പം ഈ വീട്ടിലേക്ക് വരുമ്പോൾ ഞാൻ അവിടെ ചെറിയ കുഞ്ഞായി വീടിന്റെ തട്ടിൻപുറത്ത് ഉണ്ട്. അവർ ആ വീട്ടിലെത്തി കുറച്ചു നാൾക്കുള്ളിൽ അയാളുടെ അമ്മ മരിച്ചു പോയി. അങ്ങനെയാണ് അയാൾ ഭീകരാമാംവിധം ഒറ്റപ്പെട്ടു പോയത്. ഒരു ഇണയെ കണ്ടെത്താൻ ശമിച്ചുമില്ല. ചിലപ്പോൾ മാത്രം ഇവിടെ ചില കൂട്ടുകാർ വരുന്നതൊഴിച്ചാൽ അയാൾ തീർത്തും ഏകാന്തവാസത്തിലായിരുന്നു.

നിങ്ങളൊക്കെ വലിയ ബുദ്ധിമാൻമാരും കേമൻമാരും ആണെന്നാണ് സ്വയവിചാരം. പക്ഷേ, ഒരു സാമാന്യബോധം പോലും പലപ്പോഴും ഇല്ല എന്ന്

തോന്നാറുണ്ട് നിങ്ങളുടെ ചില സമയത്തെ പറച്ചിലുകളും പ്രവൃത്തികളും കാണുമ്പോൾ. പ്രത്യേകിച്ച് എന്റെ ഈ സഹവീടനെക്കുറിച്ച്.

അയാൾ എന്നേ തൽക്കാലം പറയുമ്പോൾ പ്രയോഗിക്കുന്നുള്ളൂ. അതിനാൽ കഥയിൽ 'അയാൾ' എന്ന ആവർത്തനാ വിരസമായ പ്രയോഗം നിങ്ങൾ സഹിക്കുക. ഇടക്കിടെ ആ വീട്ടിലെ സന്ദർശകരായ കൂട്ടുകാർ പേര് പറഞ്ഞ് വിളിക്കുമ്പോഴാണ് അയാളുടെ പേര് ഞാൻ കൂടെക്കൂടെ കേൾക്കുന്നത്. അയാളുടെ ഏകാന്തജീവിതം നിങ്ങൾക്കു മുന്നിൽ തുറന്നിട്ട് ആളാവാൻ വേണ്ടിയല്ല ഞാനീ കഥ പറയുന്നത്. ആ സ്വകാര്യജീവിതത്തെ മാനിക്കുന്നതോടൊപ്പം ആ ജീവിതത്തിൽ കുറേക്കാലങ്ങളായി സംഭവിച്ചു കൊണ്ടിരിക്കുന്ന കൌതുകകരമായി തോന്നിയ ചില കാര്യങ്ങൾ പറയുക എന്നത് മാത്രമാണ് ഉദ്ദേശം. നിങ്ങൾ വായിച്ച് കാര്യങ്ങൾ അറിയുന്നതിലുമപ്പുറം തന്റെ ജീവിതത്തിൽ സംഭവിക്കുന്ന കാര്യങ്ങൾ അയാൾ സ്വയം തിരിച്ചറിയുക എന്നതാണ് എന്റെ ആഗ്രഹം. മിക്കവാറും ഞാൻ നിരാശപ്പെടാനാണ് സാദ്ധ്യത. കാരണം നേരത്തേ പറഞ്ഞ പോലെ ഇത്രയും പരിസരബോധമില്ലാത്തവനും നിരീക്ഷണപാടവം തൊട്ടുതീണ്ടിയിട്ടില്ലാത്തതുമായ ഒരു ജീവിയെ ഞാൻ വേറെ കണ്ടിട്ടില്ല.

സസ്യാഹാരികളായ, രണ്ടു നേരം അമ്പലത്തിൽ പോയി, ഉച്ചത്തിൽ ദൈവത്തെ വിളിച്ച് ശല്യം ചെയ്യുന്ന കല്യാണിയും, കാംബോജിയും നീലാംബരിയുമൊക്കെ പാടുന്ന ഒരു കൂട്ടം ആളുകൾ താമസിക്കുന്ന പവിഴമല്ലിപ്പൂവുകൾ പരവതാനികൾ തീർക്കുന്ന ഇടവഴികളുള്ള, എട്ടോളം വീടുകളടങ്ങിയ ഒരു ഇടത്തരം കോളനിയിലെ ഒരു വീട്ടിലാണ് അയാൾ വർഷങ്ങളായി വാടകക്ക് താമസിക്കുന്നത്. ആ വീട്ടിലെ തട്ടിൻ പുറത്ത് അതിനുമുൻപേ ഞാനുണ്ടായിരുന്നു. താഴെ മരസാമാനങ്ങളുടെ തട്ടലും മുട്ടലുമൊക്കെ കേട്ടപ്പോൾ എനിക്കു മനസ്സിലായി താഴെ ആരോ പൊറുതി തുടങ്ങിയെന്ന്.

വാടകയ്ക്ക് ഈ വീട്ടിൽ ചേക്കേറിയ അയാളുടെ അമ്മയും അയാളും എനിക്കു വലിയ ശല്യമൊന്നുമായിരുന്നില്ല. നിശബ്ദജീവികൾ. ആദ്യ പ്രസവം കഴിഞ്ഞ ദിവസങ്ങളിലായിരുന്നു അയാൾ എന്നെ കെണിവെച്ച് പിടിച്ച് കൊല്ലാൻ തീരുമാനിച്ചത്. ഞാൻ തന്നെയായിരുന്നു അറിയാതെയാണെങ്കിലും അതിന് പ്രകോപിപ്പിച്ചത്.

അയാളുടെ അമ്മ ടിവിയിൽ സീരിയൽ കണ്ടിരിക്കുമ്പോഴാണ് അവരുടെ തലയിൽ നനവു പടരുന്നത് അവർ ശ്രദ്ധിച്ചത്. ഞാനൊഴിച്ച മൂത്രമായിരുന്നു ആ നനവ്. അസഹ്യമായ നാറ്റം സഹിക്കാനാവാതെ അവർ നിലവിളിച്ചുകൊണ്ട് കുളിമുറിയിലേക്കോടി തണുത്ത വെള്ളം തല വഴി കോരിയൊഴിച്ചു. തണുത്തവെള്ളം തലയിൽ വീണപ്പോൾ അവർക്ക് ശ്വാസംമുട്ടൽ കൂടി ആശുപത്രിയിലുമായി.

എന്റെ ഈ പ്രവൃത്തിയാണ് അയാളെ പ്രകോപിപ്പിച്ചത് എന്ന് തോന്നുന്നു. ഒരു കൂട്ടുകാരൻ എന്നെ കുരുക്കാൻ വലിയ കെണിയുമായി വന്നു. എന്നെ പിടികൂടാൻ അയാൾക്കും ഉൽസാഹമായിരുന്നു. എന്നെ കൊന്ന് രസായനം വെച്ചാൽ വാതസംബന്ധമായ തളർച്ചകൾക്കുള്ള ഔഷധമാണെന്നൊക്കെ കൂട്ടുകാരൻ പറയുന്നുണ്ടായിരുന്നു.

രണ്ടു ദിവസം കഴിഞ്ഞ് പത്രത്തിൽ ഇരുപത്തിരണ്ടു വയസ്സുള്ള ആ കൂട്ടുകാരന്റെ മരണവാർത്ത ഉണ്ടായിരുന്നു. ഒരു ടിപ്പർ ലോറിയിൽ ആ പയ്യൻ ഓടിച്ചിരുന്ന ഇരുചക്രവാഹനം ചെന്നിടിച്ചായിരുന്നു ആ അപകടം സംഭവിച്ചത്. എന്നെ കുരുക്കാനായ് വെച്ചിരുന്ന വലിയ എലിപ്പെട്ടിക്കെണി ആ വലിയ മൂവാണ്ടൻ മാവിന്റെ കുറ്റി മാത്രമായി തീർന്നതിനരികെ അനാഥമായിക്കിടന്നു. ഞാൻ അതിൽക്കുരുങ്ങിയില്ല. അതിനു ചുറ്റും ഞാൻ വെറുതെ നടക്കുമായിരുന്നു. ആ മാവ് തന്ന മാമ്പഴങ്ങളുടെ സ്വാദോർത്തുകൊണ്ട്. എന്തിനാണ് ആ മധുരഫലം തന്നുകൊണ്ടിരുന്ന അവനെ വെട്ടിക്കൊന്നുകളഞ്ഞത് എന്ന് എനിക്ക് ഇപ്പോഴും മനസ്സിലാവാത്ത കാര്യമാണ്. അവിടുള്ള മഞ്ഞമന്ദാരച്ചെടി ചെറുകാറ്റിലുലഞ്ഞ് ഒരു മഞ്ഞപ്പൂ എന്റെ മേൽ പൊഴിച്ചിട്ടു കൊണ്ട് കുശലം ചോദിച്ചു. ആ കെണിപ്പെട്ടി ആരും തിരികെ കൊണ്ടുപോയതുമില്ല. മഴയും വെയിലുമേറ്റ് ദ്രവിച്ച് അത് മണ്ണിലേക്ക് ലയിച്ചു ചേർന്നു. അല്ലെങ്കിലും ആ മരപ്പെട്ടിയും ഈ മരപ്പട്ടിയും, അയാളും നിങ്ങളും അവസാനം മടങ്ങേണ്ട സ്ഥലം അതു തന്നെയാണല്ലോ. ആക്രി സാധനങ്ങൾ പെറുക്കുന്ന ആരോവന്ന് അതിന്റെ അസ്ഥിയവശിഷ്ടങ്ങൾ എടുത്തുകൊണ്ടും പോയി.

അയാൾക്ക് സർക്കാർ ജോലി ലഭിച്ച് കുറച്ചു ദിവസങ്ങൾക്കു ശേഷമാണ് അയാളുടെ അമ്മ അസുഖം മൂർച്ഛിച്ച് മരിച്ചു പോകുന്നത്. ശവദാഹം കഴിഞ്ഞ് അന്ന് രാത്രി ആ വീട്ടിൽ ഒറ്റക്കായപ്പോൾ അയാൾ വാവിട്ടു കരയുന്നത് കേട്ടു. പിന്നെ ഏങ്ങലടികളായി. കരഞ്ഞ് കരഞ്ഞ് തളർന്ന് പിറ്റേന്ന് വെളുപ്പാൻ കാലമായപ്പോൾ ഒരു സ്റ്റൂൾ നിരക്കി ഫാനിനു കീഴേ വെച്ച് മരിച്ചു പോയ അമ്മയുടെ ഒരു സാരിയെടുത്ത് ഫാനിൽ കുരുക്കിടാൻ തുടങ്ങി. ഇത്തരത്തിൽ എന്തെങ്കിലും കുരുത്തക്കേട് അയാൾ കാണിക്കും എന്ന് എനിക്ക് തോന്നിയിരുന്നു. ഞാൻ ഒച്ചവെച്ച് ആളുകളെ കൂട്ടാം എന്നു വിചാരിച്ചാൽ ഈ വെളുപ്പാൻ കാലത്തെ ഗാഢനിദ്രയിൽപ്പെട്ട അയൽവാസികൾ എന്റെ ഒച്ച കേട്ട് ഉണരണമെന്നില്ല. അഥവാ ആരെങ്കിലും ഉണർന്നോടിവന്ന് അയാളെ ആത്മഹത്യ ചെയ്യുന്നതിൽ നിന്നും തടഞ്ഞു എന്നു തന്നെ ഇരിക്കട്ടെ, സ്വന്തം അമ്മ മരിച്ചതിന്റെ പേരിൽ ആത്മഹത്യ ചെയ്യാൻ ശ്രമിച്ചയാൾ എന്ന രീതിയിൽ ആളുകൾ അപഹാസ്യമാം വിധം നോക്കാൻ സാദ്ധ്യതയുണ്ട്. പെട്ടെന്ന് എന്തെങ്കിലും ചെയ്തേ പറ്റൂ. അപ്പോഴാണ് ആ ബുദ്ധി തോന്നിയത്. അങ്ങനെയാണ് എന്റെ ഇണയേയും കൂട്ടി ഓടിച്ചെന്ന് കൃത്യസമയത്ത് സീലിങ്ങ് ഫാനിന്റെ മേലേക്ക് നിർത്താതെ മൂത്രമൊഴിച്ചത്. ആത്മഹത്യ ചെയ്യുന്നതിൽ നിന്ന് അയാളെ രക്ഷിച്ചതിന് എന്നോട് നന്ദി പറഞ്ഞില്ലെന്നു മാത്രമല്ല, എന്നെ അസഭ്യം പറഞ്ഞുകൊണ്ട് മേലാകേ തണുത്ത വെള്ളം ഒഴിച്ച് മൂത്രനാറ്റം മാറ്റാൻ അയാൾ കുളിമുറിയിലേക്കോടിക്കയറി. പിന്നീടും എന്റെയാ പവൃത്തിയാണ് ആത്മഹത്യ ചെയ്യുന്നതിൽ നിന്നും പിൻതിരിപ്പിച്ചത് എന്ന തിരിച്ചറിവൊന്നും അയാളിൽ ഉണ്ടായതുമില്ല.

കുറേ ദിവസങ്ങൾ കഴിഞ്ഞ് കണ്ണാടിയുടെ മുൻപിൽ നിന്ന് അയാൾ ...ല ഭാവത്തിൽ ശബ്ദം നിയന്ത്രിച്ച് ഏറ്റക്കുറച്ചിലോടും കൂടി തനിയെ

സംസാരിച്ചുതുടങ്ങിയത് ഞാൻ ശ്രദ്ധിച്ചു. കടുത്ത ഏകാന്തവാസത്തിൽ പെട്ട് മാനസീക സമ്മർദ്ദത്താൽ വിഭ്രാന്തി പ്രകടിപ്പിച്ചു തുടങ്ങിയോ എന്നാണ് ആദ്യം സംശയിച്ചത്.

പക്ഷെ അതൊന്നുമായിരുന്നില്ല സംഗതി. അയാൾ അഭിനയം തുടങ്ങിയിരുന്നു ജീവിതത്തിലല്ല, നാടകത്തിൽ. നാടകത്തിലുള്ള കഥാപാത്രങ്ങളുടെ ഡയലോഗുകൾ പറഞ്ഞു പഠിക്കുന്നതായിരുന്നു ഞാൻ കേട്ടത്. പിന്നെ അയാൾ ഒറ്റക്ക് നീണ്ട യാത്രകൾ പോവാൻ തുടങ്ങി. ലോകം കാണണം, ലോകത്തുള്ള ജീവിതങ്ങൾ കാണണം എന്നൊക്കെ തോന്നിത്തുടങ്ങിയത് നല്ല ലക്ഷണമായാണ് എനിക്കും തോന്നിയത്. അതുമാത്രമല്ല ദിവസങ്ങളോളം ആ വീട് അടഞ്ഞുകിടക്കുന്നത് എനിക്കും സന്തോഷമുള്ള കാര്യമാണ്. അയാളില്ലാതെ ഉറങ്ങിപ്പോയ ആ വീട്ടിൽ ഉച്ചത്തിൽ ശബ്ദകോലാഹലങ്ങൾ ഉണ്ടാക്കി ഞാനാ വീടിന് ഉണർവുണ്ടാക്കി. അയാൾ ഒരു നീണ്ട യാത്രയ്ക്ക് പോയി എവിടെയൊക്കെയോ ചുറ്റിയടിച്ച് തിരിച്ചു വന്നത് ഒന്ന് രണ്ട് മാസങ്ങൾക്ക് ശേഷം ആയിരുന്നു. അതുവരെ ഞാനായിരുന്നു ആ വീടിന്റെ സർവ്വാധികാരി. പിന്നീട് അയാൾ അയാളുടെ ഏകാന്തമായ ജീവിതവുമായി പൊരുത്തപ്പെട്ട് ജീവിച്ചു തുടങ്ങി.

നേരത്തേ പറഞ്ഞല്ലോ ആ ഏകാന്തജീവിത്തിൽ സംഭവിക്കുന്ന ചില കൌതുകകരമായ കാര്യത്തെക്കുറിച്ച്. അതു പറയാനാണ് ഈ വളഞ്ഞു ചുറ്റി മൂക്കിൽത്തൊടാൻ വന്നത്.

എല്ലാവർക്കും ഒരു ഇണ, നിങ്ങളുടെ ഭാഷയിൽ കാമുകി അഥവാ കാമുകൻ അല്ലെങ്കിൽ ഭാര്യ/ഭർത്താവ് ഉണ്ടായേ തീരൂ അത് പ്രകൃതി നിയമമാണ്. പലരും ഇണയില്ലാതെ ഏകനായി തീരുന്നത് തന്റെ ഇണയുടെ സ്നേഹം തിരിച്ചറിയാതെ അന്ധനായിപ്പോകുന്നതുകൊണ്ടു മാത്രമാണ്. ആ ഹൌസിങ്ങ് കോളനിയിൽ ആളൊഴിഞ്ഞു പോയ ഒരു കെട്ടിടമുണ്ട്. ഉടമസ്ഥൻ വിദേശത്തെങ്ങോ ആയതിനാൽ ആ കെട്ടിടത്തിന് വേണ്ടത്ര ശ്രദ്ധ ഉണ്ടായിരുന്നില്ല. ആ കെട്ടിടം ഓരോ ദിവസവും ശോചനീയാവസ്ഥയെ പ്രാപിച്ചുകൊണ്ടിരുന്നതിനാൽ അതിൽ താമസിച്ചിരുന്ന വാടകക്കാരും സ്ഥലം കാലിയാക്കി. അവൾ അങ്ങനെയാണ് അവിടെ വന്നുചേരുന്നതും ആ സ്ഥലത്ത് സ്ഥിരതാമസം ഉറപ്പിക്കുന്നതും.

ഏകാന്തതടവ് അനുഭവിച്ചുകൊണ്ടിരുന്ന അയാളെ അവൾ ശ്രദ്ധിക്കുന്നു കാര്യം അയാളറിഞ്ഞില്ല, ഞാനറിഞ്ഞു. ചില കാര്യങ്ങൾ പറഞ്ഞാൽ നമ്മൾ തമ്മിൽ തെറ്റും.

നിങ്ങളെ ഞങ്ങളിൽ നിന്ന് വ്യത്യസ്ഥരാക്കുന്നത് നിങ്ങളുടെ വിശേഷ ബുദ്ധികൊണ്ടാണ് എന്നാണ് നിങ്ങളൊക്കെ മേനി നടിച്ച് പറയാറ്. സാമാന്യ ബുദ്ധി പോലും (അയാളുടെ കാര്യത്തിൽ മിക്കപ്പോഴും) ഇല്ലാത്ത പോലെ പലപ്പോഴും പെരുമാറുമ്പോൾ അതിനപ്പുറത്തേക്ക് വിശേഷബുദ്ധി കൊണ്ട് എന്ത് കാര്യം?

ഭക്ഷണം, വസ്ത്രം, പാർപ്പിടം എന്ന മൂന്ന് പ്രാഥമിക ആവശ്യങ്ങൾക്ക

പ്പുറമുള്ള അനാവശ്യ കാര്യങ്ങൾക്ക് വേണ്ടി നിങ്ങൾ പരക്കം പായുന്നതു കാണുമ്പോൾ ചിരി വരാറുണ്ട്. ഭക്ഷണം ഞങ്ങൾക്കും അത്യാവശ്യമാണ്. പക്ഷേ, അത് ആവശ്യത്തിനുമാത്രം അന്നന്നത്തേക്കുള്ളത് ഞങ്ങൾ തേടിപ്പിടിക്കുന്നു. വാസം നഗരത്തിലെ അയാളുടെ തട്ടിൻപുറത്താണെങ്കിലും ഭക്ഷണം തേടിപ്പിടിച്ചു കഴിക്കുന്നതുകൊണ്ട് ഞങ്ങൾക്ക് വന്യജീവികൾ എന്ന് തന്നെ അവകാശപ്പെടാം. ആ വിലക്കപ്പെട്ട കനി കഴിക്കാനുള്ള അത്യാഗ്രഹം കാണിക്കാത്തതുകൊണ്ട് നഗ്നത ഞങ്ങൾക്കൊരു പ്രശ്നമേ അല്ല. പിന്നെ പാർപ്പിടം, ഒറ്റ വാക്കിൽ പറഞ്ഞാൽ 'വീണേടം വിഷ്ണുലോകം' ഇയാളുടെ വാടക വീടിന്റെ തട്ടിൻ പുറമല്ലെങ്കിൽ വേറെ സ്ഥലം. അത്രേയുള്ളൂ. ഇഷ്ടമല്ലാത്ത ഒരാളുമായി ഞങ്ങൾ ഇണ ചേരാറേ ഇല്ല. എന്നുവെച്ചാൽ അഞ്ചു വയസ്സു മാത്രം പ്രായമായ പെൺകുട്ടികളെ നിങ്ങൾ ദൈവത്തിന്റെ ഇടമെന്ന് വിളിക്കുന്ന സ്ഥലത്ത് വെച്ച് ബലാൽസംഗം ചെയ്യുന്ന ഏർപ്പാടിന് നിൽക്കാറില്ല എന്ന്.

അതുകൊണ്ട് തന്നെയാണ് അയാളെ അയാളറിയാതെ സ്നേഹിക്കുന്ന അവളെ എനിക്കിഷ്ടമായത്. നല്ല തിളങ്ങുന്ന ശംഖുവരകൾ ചിത്രണം ചെയ്ത ശരീരം. അയാളറിയാതെ അവൾ ആ വീട്ടിൽ വന്നു പൊയ്ക്കൊണ്ടിരുന്നു. അയാൾ ജോലിക്കു പോകുന്ന സമയങ്ങളിൽ ദിവസങ്ങളോളം നീണ്ട യാത്രകളുടെ സമയങ്ങളിൽ, അയാളുടെ വാടകവീട്ടിൽ വാണു. ആ വീട്ടിലെ ഗൃഹനാഥയെപ്പോൽ.

ഒരു നീണ്ട യാത്ര കഴിഞ്ഞ് അയാൾ അപ്രതീക്ഷിതമായാണ് കയറി വന്നത്. ശാന്തമായ ആ വീട്ടിൽ വാഷ്ബേസിനുള്ളിലെ സിറാമിക് തണുപ്പിൽ മയങ്ങുകയായിരുന്നു അവൾ. ഞാൻ മുകളിൽ തട്ടിൻ പുറത്തും. താഴത്തെ നിലയിലെ അധികാരസ്ഥാനത്തേക്ക് ഞാൻ അതിക്രമിച്ചു കടന്നിരുന്നില്ല. അതുകൊണ്ടു തന്നെ എന്റെ അധികാരസ്ഥാനമായ തട്ടിൻ പുറത്ത് അയാളും കടന്നുവന്നിരുന്നില്ല. അയാളുടെ ഭാഗത്ത് അതിക്രമിച്ചു കടന്നിരുന്ന അടുത്ത വീട്ടിലെ കണ്ടൻ പൂച്ചയെ കല്ലെറിഞ്ഞ് ഓടിച്ചും, ഭക്ഷണസാധനങ്ങൾ അനുമതിയില്ലാതെ കരണ്ടു തിന്നാറുള്ള എലികളേയും പാറ്റകളേയും പല്ലികളേയും അയാൾ നിഷ്കരുണം വിഷം വെച്ച് കൊലപ്പെടുത്തുകയും ചെയ്തിരുന്നു. ഞാനും എന്റെ ഇണയും കുട്ടികളും ആ അധികാരപരിധിയിലേക്ക് കടന്നുകയറാതെ ശ്രദ്ധിച്ചിരുന്നു. പളപളാ തിളങ്ങിയിരുന്ന കറുത്ത ചില്ലുമേൽപ്പാളിയുള്ള തീൻമേശമേലും വാതിൽപ്പടിയിലും ഞാൻ മൂത്രമൊഴിച്ചുവെക്കാറുണ്ട്. അതിന്റെ വല്ലാത്ത മണം സഹിക്കവയ്യാതെ അവിടം വൃത്തിയാക്കി സുഗന്ധപൂരിതമായ സ്പ്രേ പീറ്റിച്ച് അവിടത്തെ വായുവിൽ സുഗന്ധം കലർത്തും. എന്നെ നിർത്താതെ പാകിക്കൊണ്ടാണ് ഈ പ്രവൃത്തി അയാൾ ചെയ്യുക. കൂട്ടുകാരായ അതിഥികൾ ആ വീട്ടിൽ വല്ലപ്പോഴും വരുന്ന സമയങ്ങളിൽ, പ്രകൃതിയുടെ വിളിയെ പലപ്പോഴും ഞാൻ അടക്കിപ്പിടിച്ചു.

അവൾ മാത്രമാണ് അയാളുടെ അതിർത്തികൾ ലംഘിക്കാറ്.

നീണ്ട യാത്ര കഴിഞ്ഞുവന്ന് ക്ഷീണിതനായി മുഖം കഴുകാൻ വാഷ്ബേസിനിലെ ടാപ്പ് തുറക്കാനാഞ്ഞപ്പോഴാണ് അയാളുടെ കൈ അവളുടെ ശരീരത്തിൽ ശക്തമായി പതിഞ്ഞത്. അവളെ അപ്പോഴാണ് അയാൾ ശ്രദ്ധിച്ചത്. അവളെ കണ്ട് ഞെട്ടി അയാൾ അലറിവിളിച്ചുകൊണ്ട് പുറത്തേക്കോടി. അയാളുടെ കൈകൊണ്ട് അവൾക്ക് വേദനിച്ചിട്ടുണ്ടാകണം. സാധാരണ അവളുടെ വർഗ്ഗം ശരീരം വേദനിച്ചാൽ ആ നിമിഷം തിരിച്ച് പ്രതികരിക്കും. അവളുടെ വിഷം ശരീരത്തിൽ വ്യാപിക്കാൻ നിമിഷങ്ങൾ മതി. അവൾ അയാളെ ഒഴിവാക്കി വേദന സഹിച്ച് ഞെട്ടിമാറി ഇഴഞ്ഞു പോകുന്നതും കണ്ട് മുകളിലിരുപ്പുണ്ടായിരുന്നു ഞാൻ. ആ നിമിഷം എനിക്ക് മനസ്സിലായി, അവൾക്ക് അയാളോട് അഗാധമായ പ്രണയമുണ്ടെന്ന്.

അയാളറിയാതെ അവൾ ഈ വീട്ടിലേക്ക് വന്നു കൊണ്ടിരുന്നു. അപ്പുറത്തെ ആളൊഴിഞ്ഞ പറമ്പിലെ പുറ്റിൽ അവൾ സുരക്ഷിതയായിരുന്നു. അവരവരുടെ ആവാസവ്യവസ്ഥയിൽ ഓരോ ജീവിയേയും സുരക്ഷിതരായി ജീവിക്കാൻ നിങ്ങൾ അല്ലെങ്കിലും ആരേയും അനുവദിക്കുകയില്ലല്ലോ.

അവൾക്ക് ഒരിക്കലും തന്റെ പ്രണയം അയാളോട് പ്രകടിപ്പിക്കാൻ കഴിഞ്ഞില്ല. അങ്ങനെ അവൾ പ്രകടിപ്പിക്കുന്നത് കണ്ട് അവളുടെ പ്രണയം തിരിച്ചറിയാൻ തക്ക വിശേഷബുദ്ധി അയാൾക്ക് ഉണ്ടായിരുന്നുമില്ല. അത് ഞാൻ നേരത്തേ പറഞ്ഞിട്ടുണ്ടല്ലോ കാര്യങ്ങളെല്ലാം തകിടം മറിഞ്ഞത് വളരെ പെട്ടന്നായിരുന്നു. അല്ലെങ്കിലും അവളുടെ സ്നേഹം തിരിച്ചറിഞ്ഞ് മാതൃകാപരമായ പ്രണയജോടികളെപ്പോലെ അവരാ വീട്ടിൽ ജീവിക്കുമെന്ന അമിത പ്രതീക്ഷ ഞാനും വെച്ച് പുലർത്തിയിരുന്നില്ല. ആളൊഴിഞ്ഞ അടുത്ത വീടും പറമ്പും ആരോ വിലക്കു വാങ്ങി. അവിടത്തെ കാടും പടലുമെല്ലാം കളഞ്ഞ് വൃത്തിയാക്കി. ആ പഴയ കെട്ടിടം ഇടിച്ചു പൊളിച്ചു. അവിടെ നിന്നും രക്ഷപ്പെടാനാഞ്ഞ അവളെ കണ്ട് തല്ലിക്കൊന്ന് കുഴിച്ചിട്ടു. ആ കുഴിയുടെ മുകളിൽ അവർ ഒരു ബഹുനില ഫ്ളാറ്റ് സമുച്ചയം കെട്ടിപ്പൊക്കാനുള്ള അസ്ഥിവാരത്തിന്റെ പണിതുടങ്ങി.

അപ്പോഴേക്കും എന്റെ ഇണ എന്നെ വിട്ടുപോയിരുന്നു. കുട്ടികളും മുതിർന്ന് അവരുടെ വഴി തേടിപ്പോയി. ഞാനും ഈ വീടിന്റെ തട്ടിൻപുറത്ത് ഇപ്പോൾ കടുത്ത ഏകാന്തവാസത്തിലാണ്. മരപ്പട്ടിക്കു കൂട്ട് ഈനാംപേച്ചി എന്ന പോലെ തട്ടിൻപുറത്തിനു താഴെ അയാളും തന്റെ ഏകാന്തവാസം തുടരുന്നു.

കഥ വന്ന വഴി

വെങ്കിടാദ്രിനാഥൻ എന്ന നീണ്ട പേരുള്ള, ബാങ്കുദ്യോഗസ്ഥന്റെ വീടാണ് നവമി. അവിടെയാണ് അയാൾ വാടകയ്ക്ക് താമസിക്കുന്നത്.സംഗീതം മുഴങ്ങുന്ന ആ വീട്ടിലെ തട്ടിൻ പുറത്ത് ഒരു മരപ്പട്ടി അയാൾ അമ്മയുമായി താമസം തുടങ്ങുന്നതിനുമുൻപേ ഉണ്ടായിരുന്നു. ഒരു വർഷത്തിനുള്ളിൽ അമ്മ മരിച്ച

ഒറ്റക്കായിപ്പോയ അയാളുടെ വീട്ടിൽ മരപ്പട്ടിയിളക്കം സൃഷ്ടിച്ചു കൊണ്ട് ആ മരപ്പട്ടി തട്ടിൻപുറത്ത് സകുടുംബം വാണു.

അയാൾക്ക് സർക്കാർ ജോലി ലഭിക്കുമ്പോൾ, അയാളുടെ അമ്മ മരിക്കുമ്പോൾ, വിവാഹം കഴിയുമ്പോൾ, വിവാഹമോചിതനാകുമ്പോൾ, ആദ്യ സിനിമയിൽ അഭിനയിക്കുമ്പോൾ, കഥയെഴുത്തുകാരനാകുമ്പോൾ, ഇതിനെല്ലാം സാക്ഷിയായി ആ മരപ്പട്ടി തട്ടിൻ പുറത്തുണ്ട്. വല്ലപ്പോഴും വരാറുള്ള അയാളുടെ കൂട്ടുകാരല്ലാതെ ആരും കടന്നു വരാത്ത ആ വീട്ടിൽ ശബ്ദകോലാഹലങ്ങൾ ഉണ്ടാക്കി ആ വീടിന് ജീവൻ വെയ്പ്പിക്കുന്ന, ആത്മഹത്യാമുനമ്പിൽ നിന്ന് അയാളെ പിടിച്ചുകയറ്റിയ, ആ പേരറിയാത്ത മരപ്പട്ടിക്ക് അയാളുടെ നന്ദി.

യാഥാർത്ഥ്യം എൺപത് ശതമാനവും ഭാവന ഇരുപതു ശതമാനവുമാണ് ഈ കഥയിലെ അനുപാതച്ചേരുവ.

പതിനൊന്നോളം കൊല്ലമായി തന്റെ വാടകക്കാരനെ സഹിക്കുന്ന വെങ്കിടി എന്ന ജേഷ്ഠസഹോദരനേയും സാവിത്രി എന്ന ഏട്ടത്തിയമ്മയേയും ഹൃദയത്തോട് ചേർത്തു നിർത്തുന്നു.

ലച്ചിയക്ക

എവിടെയായിരിക്കും ലച്ചിയക്ക?

ലക്ഷ്മി..ധനലക്ഷമി..

കടിഞ്ഞൂൽപൊട്ടനായ 16 വയസ്സുകാരനായ എന്റെ മുന്നിൽ ഒരു ദിവസം പൊട്ടിമുളച്ചാണ് ലച്ചിയക്ക പ്രത്യക്ഷപ്പെട്ടത്. നേർത്ത വായുവിൽ അലിഞ്ഞലിഞ്ഞ് ഇല്ലാതെയായതും അപ്രതീക്ഷിതമായി തന്നെയായിരുന്നു.

അച്ഛൻ രോഗം വന്ന് കിടപ്പിലായി. അമ്മ കൂട്ടുകുടുംബ അടുക്കളയിലെ ശമ്പളമില്ലാത്ത വേലക്കാരി.അങ്ങനെയാണ് അകന്ന ബന്ധുവായ ഒരു മൊതലാളിയുടെ തുണിക്കടയിൽ ജോലിക്കെത്തിയത്. അമ്മൂമ്മ കൊഞ്ചിച്ച് ലാളിച്ച് ലോകം കാണാത്ത ഒരു പൊട്ടൻ തന്നെയായിരുന്നു അന്ന്. ആണും പെണ്ണുമായി പതിനഞ്ചോളം പണിക്കാരുള്ള അത്യാവശ്യം തിരക്കുള്ള ഒരു തുണിക്കട. മൊതലാളി അകന്ന ബന്ധുക്കാരനായതുകൊണ്ട് ആദ്യ ദിവസം തന്നെ മുതലാളിയുടെ ചാരൻ എന്ന പേര് വീണു. മുതലാളിയേപ്പറ്റിയും അങ്ങേരുടെ ഭാര്യയെപറ്റിയും പണിക്കാർ പറയുന്ന കുറ്റങ്ങളും കുറവുകളും വള്ളി പുള്ളി വിസർഗ്ഗം വിടാതെ പുള്ളിയുടെ ചെവിയിലെത്തിക്കുക എന്നതായിരുന്നു കടയിലെ സെയിൽസ്മാൻ എന്നതിനപ്പുറത്തേക്ക് എന്റെ പണി. ഇങ്ങനെയായിരുന്നു അവിടുത്തെ ജോലിക്കാരുടെ വിചാരം. അതിനു പകരം എന്റെ കുറ്റങ്ങളും കുറവുകളും മണ്ടത്തരങ്ങളും ജോലി കഴിഞ്ഞ് ഞാൻ തിരിച്ചെത്തുന്നതിനു മുൻപേ വീട്ടിലേക്ക് കമ്പിയില്ലാക്കമ്പിപോലെ വീട്ടിലെത്തി എന്നു മാത്രം. വീട്ടിലെ കസിൻസിനത് തമാശയായി. അമ്മ മാത്രം എന്റെ മണ്ടത്തരങ്ങൾ കേട്ട് കണ്ണീരൊഴുക്കി, ഈ അടുക്കളപ്പണിയിൽ നിന്നും എന്റെ മോൻ എന്നെ കരകയറ്റും എന്ന സ്വപ്നവും വെറുതേയായി എന്ന് ഉറക്കെ ആശങ്കപ്പെടുകയും ചെയ്തു.

പറയാനുദ്ധേശിച്ചത് ലച്ചിയക്കയെപറ്റി പറഞ്ഞതു മുഴുവൻ എന്നെക്കുറിച്ചും.

കടയിൽ ചെന്ന ദിവസം മുതൽ കേട്ടുകൊണ്ടിരുന്ന പേരാണ് ലച്ചിന്ന് പക്ഷെ ഇതാരാണെന്ന് മാത്രം മനസ്സിലായില്ല. സ്ഥിരം തുണിവാങ്ങാൻ വരുന്ന ചില പതിവുകാരാണ് ലച്ചിയക്കയെ അന്വേഷിക്കുന്നത് കണ്ടത്. ലക്ഷ്മി ലീവിലാണ് അടുത്താഴ്ച വരും എന്ന് ഉത്തരം പറഞ്ഞ് ചില ജോലിക്കാരിപ്പെണ്ണുങ്ങൾ പതിവുകാരെ അനുനയിപ്പിക്കാൻ നോക്കിയെങ്കിലും ലക്ഷ്മിക്കുള്ള പോലെ കളർസെൻസ് നിങ്ങൾക്കൊന്നുമില്ല എന്ന് പച്ചക്ക് അവരുടെ മുഖത്തുനോക്കിപ്പറഞ്ഞ്, ലക്ഷ്മി വന്നിട്ട് വരാമെന്നു പറഞ്ഞ് പതിവുകാർ സ്ഥലം വിട്ടു. കുശുമ്പുകുത്തികളായ ആ പെണ്ണുങ്ങളുടെ മുഖം കടന്നലുകുത്തിയപോലെയായി. ആരാ ഈ ലക്ഷ്മിയക്ക എന്ന് സെയിൽസ്മാൻ ചേട്ടമ്മാരോട് ചോദിച്ച എന്നോട് 'വെടി' അബോർഷൻ കഴിഞ്ഞ്

വിശ്രമത്തിലായിരിക്കും എന്നു പറഞ്ഞ് എന്നെ നോക്കി കണ്ണിറുക്കിക്കാണിച്ച് പരസ്പരം നോക്കി പൊട്ടിച്ചിരിച്ചു.

വെടി എന്നു പറഞ്ഞാൻ എനിക്ക് ആകെ അറിയാവുന്നത് കതിനാവെടിയാണ്. എല്ലാ വെള്ളിയാഴ്ചയും ചോറ്റാനിക്കര അമ്പലത്തിലേക്ക് അമ്മൂമ്മയുടെ ഒപ്പം പോകുമ്പോൾ മേൽക്കാവിൽ നിന്ന് കീഴ്ക്കാവിലേക്കും പിന്നെ തിരിച്ചും വരുമ്പോൾ ഇടക്കുള്ള കതിനാപ്പുര കടക്കുക എന്നത് എന്റെ വലിയൊരു പേടി സ്വപ്നമാണ്. കതിനാവെടി പേടിച്ചിട്ടാണ് ചോറ്റാനിക്കരയമ്മയെ തൊഴാൻ വരാത്തത് എന്നു അമ്മൂമ്മയോടെ പറയാൻ ധൈര്യമില്ലാത്തതുകൊണ്ട് മേൽക്കാവിന്റേയും കീഴ്ക്കാവിന്റെയും ഇടക്ക് ചെവികൾ ഇറുക്കെ പൊത്തിക്കൊണ്ട് നടക്കും. ഇതു കാണുന്ന അമ്മൂമ്മക്കും മറ്റുള്ള ഭക്തജനങ്ങൾക്കും അത് തമാശക്കാഴ്ചയുമായിരുന്നു. ആറടി പൊക്കമുള്ള മീശ കിളുത്തുതുടങ്ങുന്ന ചെക്കൻ കതിന പേടിച്ച് ചെവി പൊത്തിനടക്കുന്നത് അല്ലേലും നാട്ടുകാർക്ക് രസക്കാഴ്ചയായിരുന്നല്ലോ. പക്ഷേ, എനിക്ക് ആ നാണക്കേടിനേക്കാൾ അപ്പുറമായിരുന്നു ഓർക്കാപ്പുറത്ത് ഠോ ഠോ എന്ന് പൊട്ടുന്ന ഈ കതിനവെടിപ്പേടി.

വെള്ളിയാഴ്ചകളിലെ എന്റെ പേടി സ്വപ്നം ഇനി ദിവസവും സംഭവിക്കുമോ എന്നായിരുന്നു എന്റെ ഭയം. അങ്ങനെ എനിക്കു മനസ്സിലായയത് ഈ കതിനാവെടി പോലെ പേടിക്കേണ്ട എന്തോ ഒരു സംഭവമാണ് ഈ ലക്ഷമി എന്ന ലച്ചി എന്നാണ്. അബോർഷൻ എന്ന വാക്ക് ഞാൻ ഇതിനു മുൻപ് കേട്ടിട്ടും ഉണ്ടായിരുന്നില്ല. ഓപ്പറേഷൻ പോലെ എന്തോ ഒന്നാണ് ഈ അബോർഷൻ എന്ന് ഏതാണ്ടൊക്കെ ഞാൻ ധരിച്ചു വെച്ചിരുന്നു. അങ്ങനെ സെയിൽമാൻ ചേട്ടൻമാർ വെടി എന്നു വിളിക്കുന്ന അബോർഷൻ കഴിഞ്ഞ് വരുന്ന ലച്ചിയക്കയെ ഞാൻ തുണിക്കടയിൽ നെഞ്ചിടിപ്പോടെ കാത്തിരുന്നു.

തുണികൾ പൊതിഞ്ഞ് ഭംഗിയുള്ള പ്ലാസ്റ്റിക് കവറിലിട്ട് കസ്റ്റമേഴ്സിന് കൊടുത്തുകൊണ്ടിരിക്കുകയായിരുന്നു. തുണിപ്പൊതികൾ രണ്ടെണ്ണം പരസ്പരം മാറിപ്പോയി. പെട്ടെന്ന് ഒരു സുന്ദരി ചേച്ചി ഓടിവന്ന് ശരിയായ പൊതികൾ പരസ്പരം മാറ്റികൊടുത്തു. കസ്റ്റമേഴ്സിനോട് ക്ഷമ പറഞ്ഞു പൊതികളോടൊപ്പം പിൻ ചെയ്ത ബിൽ കോപ്പിയും കസ്റ്റമറുടെ കയ്യിലുള്ള ഒറിജിനലും ഒത്തുനോക്കി ശ്രദ്ധിച്ച് കൊടുക്കണം, എന്നെ നോക്കി സ്നേഹത്തോടെ ഉപദേശിച്ചു.

എന്നോടിതു പറഞ്ഞ ചേച്ചിയെ ഞാൻ നന്ദിയോടെ നോക്കി.

ഞാൻ ലക്ഷ്മി, ധനലക്ഷ്മി, മോൻ കഴിഞ്ഞയാഴ്ച വന്നതാണല്ലേ..

അങ്ങനെയാണ് ലച്ചിയക്ക മാനത്തുനിന്ന് പൊട്ടിവീണപോലെ പ്രത്യക്ഷപ്പെട്ട് എന്റെ രക്ഷകയായത്.

ചേച്ചിയായിരുന്നു പിന്നീട് ആ കടയിൽ നിന്ന സമയം വരെ ഒരു കോഴികുഞ്ഞിനെ ചിറകിലൊതുക്കുന്ന തള്ളക്കോഴിയെപ്പോലെ മറ്റുള്ള പണിക്കാരിൽ നിന്നും എന്നെ രക്ഷിച്ചു പോന്നത്.

ചേച്ചിയെ അവരെന്തിനാ വെടീന്ന് വിളിക്കണേ, അബോർഷൻ കഴിഞ്ഞോ?

ഓർക്കാപ്പുറത്ത് ഞാനാ ചോദ്യം ലച്ചിയക്കയോട് ചോദിച്ചു.

എന്റെ നിഷ്കഷങ്കമായ ചോദ്യത്തിന് ലച്ചിയക്ക ആദ്യം ഒന്ന് പതറി, എന്റെ ചോദ്യത്തിൽ രസിച്ച് ലച്ചിയക്കാവിന്റെ ഉത്തരത്തിന് കാതോർത്ത് മറ്റു പണിക്കാരും.

ഉത്തരം പറയാതെ ഒഴിഞ്ഞുമാറിയെങ്കിലും ഭാനുപ്രിയയുടെ പോലുള്ള വലിയ കണ്ണുകൾ പെട്ടെന്ന് നിറഞ്ഞത് ഞാൻ കണ്ടു.

അതെ സിനിമാനടി ഭാനുപ്രിയയെപ്പോലെയായിരുന്നു ലച്ചിയക്ക.

പിന്നെപ്പിന്നെ എനിക്ക് കാര്യങ്ങളെല്ലാം വ്യക്തമായി. വെടി എന്ന നുണ, വിളിച്ച് വിളിച്ച് അത് സത്യമാക്കാനുള്ള പ്രയത്നത്തിലായിരുന്നു ലച്ചിയക്കയുടെ ചുറ്റുമുള്ളവർ. ലച്ചിയക്കയാവട്ടെ മരിച്ചാലും അതാവില്ല എന്ന വാശിയിലും.

എന്നേപ്പറ്റി ഞാൻ ലച്ചിയക്കയോട് പറഞ്ഞു. പിന്നെ അടുക്കളയിൽ തീയും പുകയുമേറ്റ് കരിയുന്ന ആസ്മാരോഗിയായ ഇടക്കിടെ അമ്മായിയമ്മയുടെ തല്ല് കിട്ടുന്ന അമ്മയെ പറ്റി പറഞ്ഞു. എന്റെ പേടികളെ പറ്റി പറഞ്ഞു. പക്ഷേ, ലച്ചിയക്ക ഒരിക്കലം തന്നെപ്പറ്റി പറഞ്ഞില്ല. ഒരു ഹോസ്റ്റലിലായിരുന്നു താമസം. അച്ഛനേയോ അമ്മയേയോ സഹോദരങ്ങളെപ്പറ്റിയോ പറഞ്ഞില്ല. അങ്ങനെ ആരെങ്കിലും ഉണ്ടെന്ന് ഒരു സൂചനപോലും തന്നില്ല. അവരെ പറ്റി ചോദിച്ചാൽ നീ അന്ന് കണ്ടതുപോലെ ഞാൻ മാനത്തുനിന്ന് പൊട്ടിവീണ് ഉണ്ടായതാ എന്നു പറഞ്ഞ് ചിരിച്ചൊഴിയും.

നീ ഇങ്ങനെ ഒരു പൊട്ടൻ ചെക്കനാവരുത്. അമ്മക്കും അച്ഛനും നീ മാത്രമല്ലേ ഉള്ളൂ, അക്കാ പറയുമായിരുന്നു. പറയുകമാത്രമല്ല പ്രവർത്തിക്കുകയും ചെയ്തു. ധാരാളം വായിച്ച് അറിവുനേടാൻ പറഞ്ഞുതന്നു അക്കാ. അങ്ങനെയാണ് പബ്ലിക്ക് ലൈബ്രറിയിൽ മെമ്പർഷിപ്പ് എടുക്കുന്നത്. ഉച്ചക്ക് കടയിൽ തിരക്കില്ലാത്ത നേരത്ത് കടയിലെ ഒരു ചേട്ടന്റെ സൈക്കിളും വാങ്ങി ലൈബ്രറിയിൽ പോയി പുസ്തകങ്ങൾ എടുത്തു കൊണ്ടുവരും

കാലത്ത് എട്ടു മുതൽ രാത്രി എട്ടുവരെയാണ് തുണിക്കടയിലെ സമയം. അതു കഴിഞ്ഞ് ബസ്സ് കയറി വീട്ടിലെത്തുമ്പോൾ ഒൻപതു കഴിയും. കുളിച്ച ഭക്ഷണം കഴിച്ചശേഷം പുസ്തകങ്ങളുമായ് കൂട്ടുകൂടും. പിന്നെ പാതിരാ വരെ എംടിയും, കേശവദേവും, തകഴിയും, മാധവിക്കുട്ടിയും, സി രാധാകൃഷ്ണനുമൊക്കെ കൂടെയുണ്ടാകും. അവർ സൃഷ്ടിച്ച കഥാപാത്രങ്ങളുയിരുന്നു അടുത്ത ചങ്ങാതിമാർ.

ആഴ്ചയിലൊരിക്കൽ കടയിൽ നിന്നു വീണുകിട്ടുന്ന ഞായറാഴ്ചയവധിയെ Thirty six hours of freedom എന്നായിരുന്നു വിളിച്ചുപോന്നത്. അ ദിവസങ്ങളിൽ പറമ്പിലെ മാങ്കൊമ്പിലിരുന്ന് എ ജെ ക്രോണിനേയും ഒ ഹെന്റിയേയും ആർതർ കോനൻ ഡോയലിനേയും ജോൺ ഹേ യേയുമൊക്കെ പരിചയപ്പെട്ടു. വെള്ളവും ഭക്ഷണവും വരെ മറന്ന്.

കടയിലെത്തി ലച്ചിയക്കക്ക് വായിച്ച പുസ്തകങ്ങളിലെ കഥകൾ പറഞ്ഞ കൊടുക്കും.

നീയൊരു നല്ല story teller ആണെടാ എന്ന ആത്മവിശ്വാസം തന്നതും ലച്ചിയക്കയായിരുന്നു. പാശ്ചാത്യകഥകൾ ഇംഗ്ലീഷിൽ തന്നെ പറയാൻ ലച്ചിയക്ക നിർബന്ധിച്ചു. അങ്ങനെ പതിയെ ഇംഗ്ലീഷ് ഭാഷ വഴങ്ങിക്കിട്ടി. മലയാളം അറിയാത്ത കസ്റ്റമേഴ്സിനോട് ഞാൻ ഇംഗ്ലീഷിൽ സംസാരിക്കുന്നത് കേട്ട് മറ്റു ജോലിക്കാർ കണ്ണുതള്ളിനിന്നു. നിനക്ക് ഇതല്ലാതെ എന്തിനൊക്കെ ട്രെയിനിങ്ങ് കിട്ടുന്നുണ്ട് എന്ന് പരിഹാസച്ചിരിയോടെ കടയിലെ ചേട്ടന്മാർ ചോദിച്ചു പുറകേ വന്നെങ്കിലും ഞാൻ അവരോടൊന്നും മറുപടി പറയാതെ ലച്ചിയക്കയുടെ തണലിൽ ഒതുങ്ങിക്കൂടി.

വെളുപ്പിനെഴുന്നേറ്റ് വീടുകളിൽ പത്രമിടാനും അതിലൂടെ ചെറിയ ഒരു അധികവരുമാനത്തെപറ്റി പറഞ്ഞുതന്നതും ലച്ചിയക്കയാണ്. ലച്ചിയക്കയുടെ പിൻബലത്തിൽ മടിയൊക്കെ ദൂരക്കളഞ്ഞ് ഒരു ദിവസം അഞ്ചുമണിക്കൂർ മാത്രം ഉറങ്ങി ഞാൻ എല്ലുമുറിയെ പണിയെടുത്തു.

തുണിക്കടയിലെ ജോലി ഉപേക്ഷിച്ച് വൈകുന്നേരം അഞ്ചുമണി വരെയുള്ള ഓഫീസ് ജോലി സമ്പാദിക്കാനും ഈവനിങ്ങ് കോളേജിൽപ്പോയി പഠനം തുടരാനുമായിരുന്നു പിന്നീട് ലച്ചിയക്ക പ്രേരിപ്പിച്ചത്. ആദ്യത്തെ പി എസ് സി പരീക്ഷക്കുള്ള അപേക്ഷ ഫോം വാങ്ങിത്തന്നതും അക്കാ തന്നെ.

പതിയെ തുണിക്കട നഷ്ടത്തിലായി. അങ്ങനെ അത് ഒരു ദിവസം പൂട്ടി. ലച്ചിയക്കാവിനും ബാക്കിയുള്ളവർക്കും തൊഴിൽ നഷ്ടപ്പെട്ടത് അറിയുന്നത് ഒരു പ്രമുഖ നിർമ്മാണ കമ്പനിയുടെ അക്കൌണ്ടന്റായി ജോലി നോക്കുമ്പോഴാണ്. വിവരമറിഞ്ഞ് അക്കാ താമസിക്കുന്നിടത്ത് എത്തിയപ്പോഴേക്കും ആരോടും യാത്ര പറയാതെ അക്കാ സ്ഥലം വിട്ടിരുന്നു. പിരിഞ്ഞു പോകുമ്പോൾ കിട്ടിയ മൂന്നോ നാലോ ലക്ഷം രൂപയുടെ സമ്പാദ്യവുമായി. എങ്ങുനിന്നോ പൊട്ടിവീണ് പ്രത്യക്ഷപ്പെട്ട പോലെ ഏതോ ഒരു ശൂന്യതയിലേക്ക് അലിഞ്ഞു പോയിരുന്നു അക്കാ.

അന്ന് മനസ്സിൽ തോന്നിയതാണ് ലച്ചിയക്കയെ ഇനി ഞാൻ ഒരിക്കലും കാണില്ലെന്ന്. പക്ഷെ എനിക്കവരെ തിരയാതെ വയ്യായിരുന്നു.

ഇന്നും ഞാൻ ലച്ചിയക്കയെ അന്വേഷിച്ചുകൊണ്ടിരിക്കുകയാണ്, കണ്ടുമുട്ടുമെന്ന പ്രതീക്ഷയിൽ.

വീടിന് പുറത്ത് ആരോ ബെല്ലടിച്ചു. സെൻസസ് സർവ്വേക്കായി വന്ന അദ്ധ്യാപകരാണ്.

ഭാര്യ വിവരങ്ങൾ പറഞ്ഞുകൊടുത്തുകൊണ്ടിരുന്നു

ഭർത്താവ് മുത്തുകൃഷ്ണൻ 40 വയസ്സ്, തഹസീൽദാർ ആണ്, ഞാൻ വരലക്ഷ്മി ഭാര്യ 35 വയസ്സ്, ഹോം മേക്കർ, മൂത്തമകൾ ധനലക്ഷ്മി, 11 വയസ്സ്, രണ്ടാമത്തെ മകൾ രാജലക്ഷ്മി. 6 വയസ്സ് രണ്ടു പേരും വിദ്യാർത്ഥികൾ.

ഭാര്യ കുടുംബത്തിന്റെ വിവരങ്ങൾ നൽകി അവരെ പറഞ്ഞയച്ച്, വാതിൽ അകത്തുനിന്ന് വെറുതേ ചാരി, എന്റെയടുത്തേക്ക് മെല്ലെ നടന്നു വന്നു

കഥ വന്ന വഴി

പ്രായപൂർത്തി ആകുന്നതിനുമുൻപേ അകന്ന ബന്ധത്തിൽപ്പെട്ട തുണിക്കടയിൽ ജോലി ലഭിച്ചു. അമിതാബ് ജി ഇംഗ്ലീഷ് വിംഗ്ലീഷ് എന്ന സിനിമയിൽ പറയുന്ന പോലെ ആദ്യാനുഭവം ഒരിക്കലേ ഉണ്ടാകൂ അതുകൊണ്ട് ആ ആദ്യാനുഭവത്തെ ഏറ്റവും നന്നായി ആസ്വദിക്കുക. എറണാകുളത്തുള്ള ബ്രോഡ് വേയിലെ ആ തുണിക്കട ഇന്നില്ല. പക്ഷെ അവിടുത്തെ ജോലിക്കാരനായ ആദ്യാനുഭവങ്ങൾ ഇന്നും മനസ്സിൽ പച്ച പിടിച്ച് നിൽക്കുന്നു.

അമ്മൂമ്മയുടെ പുടവത്തുമ്പിൽ പിടിച്ചു നടന്ന നിഷ്കുവും, പൊട്ടനും സർവ്വോപരി ലോകവിവരമില്ലാത്ത ആ പൊടിമീശക്കാരനിൽ സ്വാധീനം ചെലുത്തിയത് ആ തുണിക്കടയിലെ മൂന്ന് സ്ത്രീകളാണ് മൈഥിലിയക്ക, കൂടെ രാജലക്ഷ്മി, ധനലക്ഷ്മി എന്ന അക്കാമാരും. അവരുടെ കരുതലിലൂടെയാണ് അവരുടെ ആ അനിയൻ ചെക്കൻ ലോകം കണ്ടുതുടങ്ങിയത്. (അനുവാദമില്ലാതെ യഥാർത്ഥ പേര് തന്നെ ചേർത്തതിന് ആ മൂന്ന് അക്കാമാരും ക്ഷമിക്കുമെന്ന് പ്രതീക്ഷ).

കാലത്ത് മുതൽ അന്തിയാകും വരെ ഒന്ന് ഇരിക്കാൻ പോലുമാകാതെ നിന്ന നിൽപ്പിൽ തുണിക്കടകളിലും സ്വർണ്ണക്കടകളിലുമൊക്കെ ജോലിചെയ്യുന്നവരുടെ അവസ്ഥ നിങ്ങൾ ഒരു നിമിഷം ഓർക്കാനിടയായാൽ വലിയ സന്തോഷം. ഒന്നാം ക്ലാസുമുതൽ കൂട്ടുള്ള പത്താം ക്ലാസിൽ Student of the year ആയി സ്വർണ്ണക്കടയിലെ കൂട്ടിനുള്ളിൽ ഇപ്പോഴും പെട്ടുകിടക്കുന്ന പ്രിയ കൂട്ടുകാരനേയും അതു പോലെ പകലന്തിയോളം കടകളിൽ കുടുങ്ങിക്കിടന്ന് ഒന്നുമാവാതെ പോയ കുറേ ജന്മങ്ങളേയും ഓർക്കുന്നു.

ഭാഗ്യം, ആരുടെയൊക്കെയോ ഇടപെടലുകൾ മൂലം കസ്റ്റമേഴ്സ് ഇല്ലാത്ത സമയങ്ങളിൽ അവർക്കിരിക്കാൻ ഒരു സ്റ്റൂൾ കിട്ടിയിട്ടുണ്ട്. പക്ഷേ, അവിടെ കസ്റ്റമേഴ്സ് ഒഴിഞ്ഞ നേരമുണ്ടോ???

സ്വപ്നസുന്ദരൻ

സ്വപ്നത്തിലാണ് അത് ആദ്യം സംഭവിച്ചത്. പിന്നെ സ്വപ്നം യാഥാർത്ഥ്യമായി. സ്വപ്നേനി നിനച്ചിരുന്നില്ല ഇങ്ങനെയൊരു ട്വിസ്റ്റ്.

ആദ്യമായി തടിയനെ ഞാൻ സ്വപ്നം കാണുന്നത് വലിയൊരു കോളേജ് കാമ്പസ്സിന്റെ ചുറ്റുപാടുകളിനുള്ളിലാണ്. പാലക്കാട് ചിറ്റൂർ കോളേജിലെ കാമ്പസ്സുപോലെ ഒന്ന്. കോളേജിൽ നിന്ന് മരങ്ങൾ ഇടതൂർന്ന് വളർന്ന് സമൃദ്ധമായി തണൽ നൽകുന്ന കാമ്പസ്സ് റോഡിലൂടെ പ്രധാന ഗേറ്റിലേക്ക് നടക്കുകയായിരുന്നു അയാൾ. അയാളെ പിൻവിളിവിളിച്ച് തിരിഞ്ഞു നോക്കുമ്പോൾ അയാളുടെ മുഖം

കാണണം. ഞാൻ വിളിച്ച് അയാൾ തിരിഞ്ഞുനോക്കുന്ന ആ നിമിഷം, അമ്മച്ചി വന്ന് സ്വപ്നത്തെ തല്ലിപ്പൊട്ടിച്ച് എന്നെ ഉണർത്തി. തടിയന്റെ മുഖം കാണാൻ പറ്റാതെ ഉണർത്തിയതിൽ അമ്മച്ചിയോട് കെറുവിച്ച് പ്രാതൽ കഴിക്കാതെ ഞാൻ കോളേജിലേക്ക് പുറപ്പെട്ടു.

പക്ഷെ വിശപ്പിന്റെ വിളി അതിന്റെ സമയത്തുതന്നെ വരുമല്ലോ. വിശപ്പുമൂലം ആദ്യത്തെ മണിക്കൂർ കട്ട് ചെയ്ത് നിൽക്കുമ്പോഴാണ് ആറാം കാമുകനെ ഇരയായി കിട്ടിയത്. കാമുകൻമാരെ പേരിനു പകരം നമ്പറിട്ടാണ് ഞാൻ വിളിക്കാറ്, അതാ കൂടുതൽ സൗകെര്യം, പക്ഷെ ഒറ്റയെണ്ണത്തിനോട് എനിക്കങ്ങോട്ട് പ്രേമം തോന്നിയിട്ടില്ല. കാര്യങ്ങളൊക്കെ നടന്നുപോവാൻ കുറച്ചു കാമുകൻമാർ ഉള്ളത് നല്ലതാണെന്ന അറിവുള്ളതുകൊണ്ട് അവരെയൊക്കെ അങ്ങ് സഹിക്കുന്നുവെന്നു മാത്രം. ഇവരോടൊന്നും I love you എന്നൊന്നും പറയണ്ട. അല്ലാതെ തന്നെ വെറുതെ ചിരിച്ചുകാണിച്ചാൽ തന്നെ ധാരാളം.

കോളേജ് കാന്റീനിൽക്കയറി അവന്റെ ചിലവിൽ പുട്ടും കടലയും കൂടെ ഒരു നല്ല ചൂടു ചായയും ചെലുത്തിയപ്പോഴാണ് ഒന്ന് ആശ്വാസമായത്. നമുക്കിനി ഒരു സിനിമക്കു പോയാലോ എന്ന ആറാം കാമുകന്റെ ചോദ്യത്തെ അവഗണിച്ച് ഇരട്ടപ്പേരിനാൽ മാത്രം അറിയപ്പെടുന്ന ആ ലേഡി പ്രൊഫസറുടെ ക്ലാസ് മിസ്സ് ചെയ്യാൻ പറ്റില്ല മുത്തേ എന്നു പറഞ്ഞ് അവനെ നിരാശപ്പെടുത്തി, അവരുടെ ക്ലാസിൽക്കയറി ബാക്ക് ബെഞ്ചിലിരുന്ന് ഒന്ന് മയങ്ങാൻ നോക്കി.

സ്വപ്നത്തിൽ കണ്ട ആ തടിയന്റെ മുഖം കാണാൻ പറ്റുമോ എന്നതായിരുന്നു ശ്രമം. പക്ഷെ നടന്നില്ല. രാത്രി ഏഴുമണിക്കു തന്നെ അത്താഴം കഴിച്ച് മൂടിപ്പുതച്ച് ഉറങ്ങാൻ കിടന്നപ്പോഴും തടിയൻ സ്വപ്നത്തിൽ വരുമെന്നായിരുന്നു പ്രതീക്ഷ. സന്ധ്യാപ്രാർത്ഥനക്കു പോലും നിൽക്കാതെ എന്തെങ്കിലുമൊക്കെ കഴിച്ചെന്നു വരുത്തി ഉറങ്ങാൻ ശ്രമിക്കുന്നത് തടിയനെ സ്വപ്നത്തിൽ കാണാമെന്ന വിചാരം കൊണ്ടാണെന്ന് അമ്മച്ചിയുണ്ടോ

അറിയുന്നു. അമ്മച്ചിയുടെ കലിപ്പ് ഡയലോഗിന് ചെവികൊടുക്കാതെ ബെഡ്റൂമിന്റെ വാതിൽ അകത്തുനിന്നും കുറ്റിയിട്ട് തലയിണയും കെട്ടിപ്പിടിച്ച് ഉറങ്ങാൻ ശ്രമിച്ചു.

കുറേയേറെ സ്വപ്നങ്ങൾ കണ്ടെങ്കിലും സ്വപ്നത്തിൽ തടിയൻ മാത്രം വന്നില്ല. ഒരാഴ്ച ശ്രമം തുടർന്നു. ഞായറാഴ്ച പള്ളീലും കൂടെ പോകാതെ പതിനാറ് മണിക്കൂറോളം ഉറങ്ങിനോക്കി. സ്വപ്നത്തിൽ വരാതെ തടിയൻ പിണങ്ങി മാറി നിന്നു.

എട്ടാം നമ്പർ കാമുകന്റെയൊപ്പം ഐസ്ക്രീം നുണഞ്ഞങ്ങ് ഇരുന്ന തിരക്കിനിടയിൽ വീടിന്റെ ഭാഗത്തേക്ക് പോകുന്ന ബസ്സ് അതിന്റെ പാട്ടിന് പോയിരുന്നു.

മഹാമനസ്കനായ എട്ടാം കാമുകൻ വീടിന്റെ അടുത്തുള്ള ബസ്സ്സ്റ്റോപ്പിൽ ഡ്രോപ്പ് ചെയ്യാം എന്ന് വെളിപ്പെടുത്തിയത് അപ്പോഴാണ്. ഉദ്ദിഷ്ടകാര്യത്തിന് ഉപകാരസ്മരണയെന്നോണം ബൈക്കിൽ അവനോട് മുട്ടിയുരുമ്മി ഇരുന്നുകൊടുത്തു. അത് വേണ്ടായിരുന്നു എന്ന് പിന്നെത്തോന്നി. പുളകിതനായ അവൻ മോട്ടോർ സൈക്കിൾ റേസറും ദേശീയ ചാമ്പ്യനുമായ ശങ്കർ ശരത് കുമാറിനോടൊപ്പം മൽസരിക്കാൻ തയ്യാറെടുക്കുന്ന മട്ടിൽ ഒരൊറ്റ പാച്ചിൽ. ഏതെങ്കിലും ലോറിയിലിടിച്ച് ചാവാതിരിക്കാൻ ഞാൻ സകല പുണ്യാളൻമാരേയും വിളിച്ച് പ്രാർത്ഥിച്ചോണ്ടിരുന്നപ്പോഴാണ് സ്വപ്നത്തിൽ കണ്ട തടിയൻ ഒരു കാറോടിച്ച് എതിരെ കടന്നുപോയി നേരിൽ പ്രത്യക്ഷപ്പെട്ടത്. ഒരു മിന്നായം പോലെ കണ്ടുള്ളൂവെങ്കിലും സ്വപ്നത്തിൽപ്പോലും അയാളുടെ മുഖം കണ്ടിട്ടില്ലെങ്കിലും അതാ തടിയൻ തന്നെ എന്ന് മനസ്സ് പറഞ്ഞുകൊണ്ടിരുന്നു.

കഴിഞ്ഞ ദിവസം ബസ്സിൽ യാത്രചെയ്യുമ്പോൾ ചന്തിക്കു പിടിച്ച ഒരുത്തൻ സ്കൂട്ടറിൽ എതിർവശത്തേക്കു പാഞ്ഞുപോയി. ഒരു സേഫ്റ്റി പിൻ ഉപയോഗിച്ച് അവനൊരു കുത്തുകൊടുക്കാൻ പോലും പറ്റിയില്ല എന്നൊരു ഇല്ലാക്കഥ എട്ടാം കാമുകനോട് ഉണ്ടാക്കിപ്പറഞ്ഞ് തടിയന്റെ കാറിനെ പിൻതുടരാൻ ബൈക്ക് അവനെക്കൊണ്ട് തിരിപ്പിക്കാൻ നിമിഷനേരമേ വേണ്ടിവന്നുള്ളൂ. അവനെ പിടിച്ചു നിർത്തി രണ്ടു കൊടുത്തേ അടങ്ങൂ എന്ന് എട്ടാം കാമുകനും ആവേശത്തിലായി. അല്ലേലും ഹീറോയിസം കാണിക്കാൻ കിട്ടുന്ന അവസരം ഏതു കാമുകനാണ് പാഴാക്കിയിട്ടുള്ളത്.

അടി കൊടുക്കാൻ എട്ടാം കാമുകനും പറ്റിയില്ല. തടിയനെ കണ്ടുപിടിക്കാൻ എനിക്കും പറ്റിയില്ല. അതുകൊണ്ടൊരു ഗുണമുണ്ടായി. എട്ടാം കാമുകൻ പതിവായി കൃത്യസമയത്ത് വീടിനടുത്തുള്ള ബസ്സ്സ്റ്റോപ്പിൽ നിന്ന് പിക്കപ്പും ഡ്രോപ്പും ഏറ്റെടുത്തു. അവൻ കൂടെക്കൊണ്ടുവരുന്ന ഹെൽമറ്റും തലയിൽ വെച്ച് ബസ്സിൽ വലിഞ്ഞു കയറി മുഷിയാതെ കോളേജിൽപോയി വരാൻ പറ്റി. അവൻ അതിരു കടക്കാൻ നോക്കിയപ്പോൾ അവനെ നിർത്തേണ്ട സ്ഥലത്ത് നിർത്തി. ഇതിനകം അവൻ കോളേജിൽ മുഴുവൻ 'സ്കൂൾബസ്സ്' എന്ന പേരിൽ പ്രശസ്തനാവുകയും ചെയ്തു.

അങ്ങനെയൊരു ദിവസമാണ് ഒരു വെളിപാട് പോലെ ഒരാശയം എന്റെ തലയിലുദിച്ചത്. ചന്തിക്കു പിടിച്ച വില്ലനെ പറ്റി നിമിഷനേരം കൊണ്ട് ഒരു നുണക്കഥ സൃഷ്ടിച്ച എനിക്ക് എന്തു കൊണ്ട് ഒരു കഥാകാരി ആയിക്കൂടാ?. അല്ലെങ്കിലും കുട്ടിക്കാലം മുതൽക്കേ നല്ല കല്ലുവെച്ച നുണകൾ പറഞ്ഞ് മറ്റു ള്ളവരെ വിശ്വസിപ്പിക്കാൻ എനിക്ക് വലിയ പ്രയാസമൊന്നും ഉണ്ടായിരുന്നില്ല. ഈ ബുദ്ധി നേരത്തേ തോന്നാത്തിൽ ഞാൻ എന്നെത്തന്നെ പ്രാകി.

സാധാരണക്കാർ നുണയെ 'തള്ള്' എന്ന് വിളിക്കുന്നു. കഥയെഴുതുന്നവർ നുണയെ 'ഭാവന' എന്ന് വിളിക്കുന്നു അത്രേയുള്ളൂ വ്യത്യാസം.

പിന്നെയുള്ള കോളേജ് ദിനങ്ങൾ എന്റെ ഭാവനാവിലാസം തെളിയിക്കാനുള്ളവയായിരുന്നു.

കോളേജ് മാഗസിനിൽ ഞാൻ എഴുതിയ കഥ അച്ചടിച്ചു വന്നു. കഥക്ക് നിലവാരം ഉള്ളതുകൊണ്ടാണ് കഥ അച്ചടിച്ചു വന്നത് എന്നൊന്നും കരുതണ്ട. എന്നോട് പ്രണയം പൂത്തുലഞ്ഞു നിൽക്കുന്ന കോളേജ് മാഗസിൻ എഡിറ്റർ എന്റെ അഞ്ചാം നമ്പർ കാമുകനായതുകൊണ്ടാണ് അത് സംഭവിച്ചത്.

അച്ചടിച്ചു വന്ന കഥയിൽ ഞാൻ തന്നെ ഏഴ് അക്ഷരത്തെറ്റുകൾ കണ്ടുപിടിച്ചിരുന്നു. എന്റെ കഥ എനിക്കു തന്നെ ഇഷ്ടപ്പെട്ടിരുന്നില്ല. കോളേജ് ബ്യൂട്ടി യുടെ കഥയെ ആരും വലിച്ചുകീറാനൊന്നും വന്നില്ലെന്നുമാത്രമല്ല പ്രശംസ ചൊരിയാൻ ആമ്പിള്ളേര് ക്യൂ നിന്നു. പെമ്പിള്ളേര് അസൂയകൊണ്ട് മരിച്ചു.

തുളസിക്കതിർ ചൂടി കടമിഴിയിലൂടെ കാമുകനെ നാണിച്ചു നോക്കി നടക്കുന്ന പഠിപ്പിസ്റ്റായ ഒരു പെൺകുട്ടിയുടെ കഥയാണ് ഞാൻ എഴുതിയത്. കോളേജിലെ തൈക്കിളവൻ പ്രൊഫസർ ഉൾപ്പെടെ എന്റെ എല്ലാ കാമുകൻമാരും കഥയിലെ ശാലീന സുന്ദരി ഞാനാണെന്നും അവരോട് മാത്രമാണ് എനിക്ക് ദിവ്യപ്രേമം എന്ന് തെറ്റിദ്ധരിച്ച്, കഥവായിച്ച ഓരോരുത്തരും ഉൾപ്പുളകം കൊണ്ടു നടന്നു.

വലിയ സാഹിത്യകാരിയാണ് എന്ന ഗമയിൽ ഞാൻ ആ ഇമേജിനെ പരമാവധി ചൂഷണം ചെയ്യുകയും ചെയ്തു. ചില ബുദ്ധിജീവി ജാഡപ്പരിഷകൾ മാത്രം എന്റേത് വെറും പൈങ്കിളി സാഹിത്യം എന്നു പറഞ്ഞ് ക്രൂരമായി തഴഞ്ഞുകളഞ്ഞു. തലയിൽ തടിയനെപ്പറ്റിയുള്ള വിചാരമായതിനാൽ പിന്നീടൊരിക്കലും ഭാവന നേരാംവണ്ണം ഉണർന്നതുമില്ല. പുതിയ കഥയൊന്നുമില്ലേ എന്ന് ചോദിക്കുന്ന ആരാധകവൃന്ദത്തെ സമാധാനിപ്പിക്കാൻ വംശീയകലാപത്തിനിരയായ, ആഗോളസ്ത്രീ സമൂഹത്തെ പ്രതിനിധാനം ചെയ്യുന്ന സ്ത്രീ ശാക്തീകരണത്തിന്റെ പ്രതീകമായ ഒരു വനിതയുടെ ജീവിതം നോവലാക്കി എഴുതുന്നതിന്റെ റിസർച്ചിലാണ് എന്ന് പറഞ്ഞ് ജാഡയിട്ട് നടന്നു. ഈ വിവരമറിഞ്ഞ് ബുദ്ധിജീവിക്കൂട്ടം വരെ എന്റെ ആരാധകരായി മാറി. ഞാനൊരിക്കലും ഒരു സാഹിത്യകാരി ആയില്ല. എഴുതിയ ആദ്യ കഥ തന്നെയായിരുന്നു അവസാനത്തേതും.

സ്വപ്നത്തിലോ നേരിട്ടോ തടിയനെ പിന്നീടൊരിക്കലും കണ്ടില്ല. പക്ഷേ, ആ ഓർമ്മ മാഞ്ഞുപോയതുമില്ല. ഡിഗ്രി ഫൈനൽ ഇയർ കഴിഞ്ഞപ്പോൾ

അത്യാവശ്യം സപ്ലികളൊക്കെയായി (സപ്ലികളുടെ എണ്ണം തൽക്കാലം പറയുന്നില്ല) കോളേജിൽ നിന്നറിങ്ങി. ഡിഗ്രി പഠനനിലവാരം കണ്ടിട്ട് ഇനി ഇവളെ പഠിപ്പിച്ചിട്ട് കാര്യമില്ലെന്ന് മനസ്സിലായതോടെ വീട്ടിൽ കല്യാണാലോചനകൾ തുടങ്ങി. ചുറ്റിപ്പറ്റി നടക്കുന്ന കാമുകൻമാർക്ക് വീട്ടിൽവന്ന് പെണ്ണു ചോദിക്കാനുള്ള ആമ്പിയറൊന്നും ഉണ്ടായിരുന്നില്ല, അല്ല ഞാനും കാര്യങ്ങൾ അവിടം വരെയെത്തുമെന്നും പ്രതീക്ഷിച്ചിരുന്നില്ല.

പക്ഷെ എന്നേയും വീട്ടുകാരേയും ഞെട്ടിച്ചുകൊണ്ട് ഒരാൾ വീട്ടിലേക്ക് ഒരു ദിവസം അയാളുടെ അച്ഛന്റേയും അമ്മയുടേയും ഒപ്പം കയറി വന്ന് പെണ്ണു ചോദിച്ചുകളഞ്ഞു.

സ്വപ്നകാമുകനായ തടിയനായിരുന്നു ആ ചെക്കൻ.

വലത്തേ കയ്യിൽ ഒരു ജിലേബിയും ഇടത്തേകയ്യിൽ ചായഗ്ലാസുമായി അച്ഛന്റേയും അമ്മയുടേയും ഇടയിൽ ഇരിക്കുമ്പോഴാണ് തടിയന്റെ മുഖം ആദ്യം കാണുന്നത്.

തടിയൻ എന്നെ കോളേജിൽ വെച്ചും പുറത്തുവെച്ചും കണ്ടിട്ടുണ്ടത്രേ. എന്റെ മനസ്സിലൊരാന്തലുണ്ടായി. കർത്താവേ തടിയൻ എന്റെ പുറകേ സ്പൈവർക്കുമായ് ഉണ്ടായിരുന്നോ? ഏതെങ്കിലും കാമുകൻമാരോടൊപ്പമാണോ തടിയൻ എന്നെ കണ്ടത്? തടിയന്റെ മുഖത്തേക്ക് ഞാൻ സൂക്ഷിച്ചു നോക്കി. നിഷ്കളങ്കത കളിയാടുന്ന മുഖം. എന്റെ എക്സ്പീരിയൻസിൽ നിന്നും എനിക്കു മനസ്സിലായത് തടിയനും എന്റെ കാമുകവൃന്ദത്തിലൊരാളായിരുന്നു, പക്ഷെ ഞാനറിഞ്ഞില്ല എന്നു മാത്രം. തടിയൻ മാത്രം വീട്ടിൽക്കേറിവന്ന് നേരേ വാ നേരേ പോ മട്ടിൽ പെണ്ണ് ചോദിക്കാനുള്ള സാഹസം കാണിച്ചു.

ലാലേട്ടന്റെ ഒരു സിനിമയില്ലേ അങ്കിൾബൺ, ഏതാണ്ടതുപോലെ തടിയനായിരുന്നു തടിയനും. മുഖം മാത്രം ലാലാട്ടന്റേതുപോലെ ആയിരുന്നില്ല. എനിക്കറിയാവുന്ന ഒരു സിനിമാ നടന്റേയും ഛായ എനിക്കാമുഖത്ത് കാണാനായില്ല. ഇത്രയധികം കാമുകൻമാരുണ്ടായിട്ടും ഒരു സിനിമാ നടനെ കല്യാണം കഴിക്കണമെന്നായിരുന്നു രഹസ്യമായ എന്റെ ആശ.

അപ്പച്ചന് നല്ല ദേഷ്യം ഉണ്ടായിരുന്നു തടിയൻ വന്ന് വീട്ടിൽക്കയറി പെണ്ണു ചോദിച്ചപ്പോൾ. സാമ്പത്തികമായി ഇത്തിരി (ഒത്തിരി) ക്ഷീണം ഉണ്ടെങ്കിലും കിളിപോലത്തെ പെൺകൊച്ചായ എന്നെ ഒരു തടിമാടനെ കൊണ്ട് കല്യാണം കഴിപ്പിക്കാൻ അപ്പച്ചന് ഒട്ടും ഇഷ്ടമുണ്ടായിരുന്നില്ല. അത് അപ്പച്ചൻ അവരുടെ മുഖത്തുനോക്കി പറയുകയും ചെയ്തു. തടിയൻ ഇതൊക്കെ പ്രതീക്ഷിച്ചുതന്നെയാണ് വന്നതെന്ന് പിന്നെയാണ് മനസ്സിലായത്. ഇട്ടു മൂടാനുള്ള സ്വത്ത് ഉണ്ടായിരുന്നു തടിയന്. പോരാത്തതിന് പത്തു പൈസ സ്ത്രീധനവും വേണ്ട, വേണമെങ്കിൽ അങ്ങോട്ട് പുരുഷധനം തരാം എന്നായി തടിയൻ. എന്റെ കൊച്ചിനെ വിൽക്കാൻ വച്ചിരിക്കുന്നതല്ല എന്ന് അപ്പച്ചനും. അമ്മച്ചി അപ്പച്ചനെ പുറകോട്ടു വലിച്ചു, ഇവൾക്ക് താഴെ രണ്ടു പെൺകൊച്ചുങ്ങൾ കൂടെ ഉണ്ട് എന്ന് ഓർമിപ്പിച്ചു പെൺകൊച്ച് കെട്ടിക്കേറിച്ചെന്ന് തടിയനെ ജിമ്മിൽ ജോയിൻ ചെയ്യിച്ച്, പട്ടിണിക്കിട്ട്, സാലഡ് മാത്രം തീറ്റിച്ച് തടിയൊക്കെ കുറപ്പിക്കാം, അതിനുള്ള തടിമിടു

ക്കൊക്കെ മോൾക്കുണ്ട് എന്നായി. എന്തിനേറെ പറയുന്നു ആദ്യ വരവിൽ തന്നെ തടിയൻ കല്യാണം ഉറപ്പിച്ചേച്ചാ പോയത്.

എന്റെ സമ്മതം പ്രത്യേകിച്ച് ആരും ചോദിച്ചുമില്ല ഞാൻ പ്രത്യേകിച്ച് ഒരു അഭിപ്രായം പറഞ്ഞതുമില്ല. ദേഷ്യം തോന്നിയത് സ്വപ്നം കാണിച്ചതിനു മാത്രം. നന്ദനത്തിലെ നവ്യാനായർക്ക് പൃഥ്വിരാജിനെ കാണിച്ചു കൊടുത്ത പോലെ ഒരു നല്ല ചൊങ്കൻ ചെക്കനെ എനിക്ക് സ്വപ്നത്തിൽ കാണിച്ചു തന്നാൽ പോരായിരുന്നോ. പക്ഷെ സ്വപ്നം കാണിച്ചത് ആരാണെന്ന് അറിയാത്തതുകൊണ്ട് പരാതി ആരോട് പറയും എന്ന കൺഫ്യൂഷനിലായിപ്പോയി ഞാൻ. ഈ കൺഫ്യൂഷൻ മുതലാക്കി കൊണ്ട് തടിയൻ കല്യാണം ഉറപ്പിച്ചു പൊടിയും തട്ടി അങ്ങ് പോയി.

കല്യാണം കഴിഞ്ഞിട്ടിപ്പൊ രണ്ടു വർഷം കഴിഞ്ഞു. സ്വപ്നസുന്ദരനുമായുള്ള വിവാഹജീവിതം അങ്ങനെ തട്ടിയും മുട്ടിയുമൊക്കെ പോണു. തടിയന്റെ തടി കുറക്കാനുള്ള പരിപാടിയൊക്കെ പൊളിഞ്ഞു പാളീസായി. വേണമെങ്കിൽ ഒരു പത്തുകിലോ കൂടെ കൂടി എന്നു മാത്രം. ഞാൻ തടിയന്റെ തനിപ്പകർപ്പു പോലൊരു തടിയൻ ചെക്കനെ പ്രസവിച്ചു. പിന്നെ ദിവസവും മൂന്നു നേരം ബീഫും പോർക്കും മട്ടനുമൊക്കെ കഴിച്ച് നേരം കളയുന്നു. ഇതിനിടക്ക് വിശക്കുമ്പോ ഇത്തിരി കശുവണ്ടിപ്പരിപ്പും ബദാമും പിസ്തയുമൊക്കെ ചെലുത്തും.

തടിയന്റെ തടികുറഞ്ഞില്ലെങ്കിലെന്താ ഞാൻ രണ്ടു വർഷം കൊണ്ട് തടിയനൊത്ത തടിച്ചിയായ് മാറി.

കഥ വന്ന വഴി

സുന്ദരിയായ മെലിഞ്ഞ ഒരു സുഹൃത്ത് തടിച്ച ഒരു വ്യക്തിയെ ജീവിതപങ്കാളിയാക്കി. കുറേനാൾക്ക് ശേഷം അവരെ വീണ്ടും കണ്ടപ്പോൾ ഭർത്താവിനൊപ്പം തടിവെച്ച അവരേയും മകനേയും കണ്ട ഒരു കൌതുകം വർഷങ്ങൾക്കു ശേഷം ഒരു കഥയായ് മാറിയതാണ്. സുഹൃത്തിന്റെ കുടുംബത്തിനെ പറ്റി കൂടുതൽ വിവരങ്ങൾ പറയാൻ അനുവാദമില്ല, പക്ഷേ, അവരുടെ കഥ പറയാൻ അനുവാദമുണ്ട് താനും.

പേര് പറയാതെ വേണേ എന്റെ കഥ എഴുതിക്കോ എന്ന പഴയ ആ കോളേജ് ബ്യൂട്ടിയുടെ ഡയലോഗിൽ നിന്നാണ് കഥാപാത്രങ്ങൾക്കൊന്നും പേരിടാതെ കഥ എഴുതാനുള്ള ആശയം ഉരുത്തിരിഞ്ഞത്.

അ. അ. ഒരു വാർത്തയാകുന്നു

അർനോൾഡ് തന്റെ പന്ത്രണ്ടാമത്തെ ബലാൽസംഗം പൂർത്തിയാക്കുന്നതിന്റെ ഇടയിലാണ് അർനോൾഡിന്റെ അമ്മ V.R.S എടുക്കുവാൻ തീരുമാനിക്കുന്നത്. അവിടെ താലികെട്ട് ഇവിടെ പാലുകാച്ച് തരത്തിലുള്ള പ്ലാനിങ്ങൊന്നുമായിരുന്നില്ല. അത് അങ്ങനെയൊക്ക അങ്ങ് സംഭവിച്ചു. അർനോൾഡിന്റെ അമ്മയുടെ സ്വമേധയാ വിരമിക്കൽ നടന്നാലുമില്ലെങ്കിലും അർനോൾഡിന്റെ ബലാൽസംഗങ്ങൾ കൃത്യമായ ഇടവേളകളൊന്നുമില്ലാതെ ഇടക്കിടക്ക് നടന്നു കൊണ്ടിരുന്നു. ആ പന്ത്രണ്ടാമത് ബലാൽസംഗത്തിനിടക്കാണ് അ. അ വിരമിക്കൽ പദ്ധതി സ്വയം നടപ്പിലാക്കുന്നത്.

പോലീസും,പിന്നെ ഒരു പെണ്ണിനെ ഉപ്പു നോക്കാൻ പോലും പറ്റാത്ത അസൂയ മൂത്ത കുറേ സദാചാരവാദികളും, പ്രൈവറ്റ് ഡിറ്റക്ടീവ് ചമഞ്ഞിറങ്ങിയ ചില ജൂനിയർ ഷെർലക് ഹോംസുമാരും അർനോൾഡിനെ പിടിക്കാൻ പറ്റാതെ തോറ്റ് തുന്നംപാടി. ഇതിന് കാരണം അർനോൾഡ് ചെയ്യുന്ന ഈ ബലാൽസംഗ കൊലപാതകങ്ങൾക്ക് അയാളെ പിന്തുടരാൻ പറ്റാത്ത ഒരു പാറ്റേൺ ഇല്ലായ്മ ഉണ്ടായിരുന്നു എന്നതായിരുന്നു.

അർനോൾഡിന്റെ വിജയം താൻ ബലാൽസംഗം ചെയ്യുന്ന പെണ്ണുങ്ങളെ പ്രാപിച്ച ശേഷം കൊന്ന് തെളിവുകൾ ബാക്കിവെയ്ക്കാതെ വലിച്ചെറിയുന്നത് ആയിരുന്നു. ചിലരെ കഴുത്തുഞെരിച്ചു കൊന്ന് കുപ്പത്തൊട്ടിയിലിടും. വേറൊരുത്തിയെ ചെറിയ ചെറിയ കഷണങ്ങളാക്കി കടൽക്കരയിലുപേക്ഷിക്കും. ഒരു പെണ്ണിനെ മദ്യത്തിൽ വിഷം കലർത്തി കൊന്ന് ഒരു ചാപ്പലിൽ മാലാഖയുടെ വേഷമൊക്കെ അണിയിച്ച് നല്ല ഭംഗിയായി കിടത്തിയ തരത്തിലാണ് ജനം കണ്ടത്. ആദ്യ രണ്ടു മൂന്നു ബലാൽസംഗക്കൊലപാതകങ്ങൾ കഴിഞ്ഞപ്പോൾ ഒരു കൊലപാതക പാറ്റേണില്ലായ്മ ഉണ്ടെങ്കിലും ഇതൊപ്പിക്കുന്നത് അർനോൾഡാണെന്ന് പോലീസ് അനുമാനിച്ചിരുന്നു.

സ്വാഭാവികമായും കുപ്രസിദ്ധി നേടിയ അർനോൾഡാണ് വാർത്തയിൽ ഇടം പിടിക്കേണ്ടത്. അതിന് അ. അ എങ്ങനെയാണ് വാർത്തയിൽ നിറയുന്നതെന്ന് ചോദിച്ചാൽ കലാപരുപാടി കഴിഞ്ഞ് മുങ്ങുന്ന അർനോൾഡിന്റെ പൊടി പോലും പോലീസിനും പട്ടാളത്തിനും പത്രക്കാർക്കും കണ്ടുപിടിക്കാൻ കഴിയാത്തതുകൊണ്ട് തൊട്ടടുത്ത ബന്ധു എന്ന നിലയിൽ അ. അക്ക് പ്രാധാന്യം ഉളവായിപ്പോകുന്നതാണ്. അങ്ങനെയൊക്കെയാണ് പത്രക്കാർക്കും ചാനലുകാർക്കും അ. അ വാർത്താപ്രാധാന്യമുള്ള ഒരു വസ്തുവായി മാറുന്നത്.

അ. അ വൈപ്പിൻകരയിൽ ജനിച്ചുവളർന്ന ഗബ്രിയേലച്ചനും കടലമ്മയും വളർത്തിയ ഒരൊന്നാന്തരം കടൽപ്പെണ്ണാണ്. പത്രക്കാരുടെ കണ്ണിൽപ്പെടാതെ

വരാലുപോലെ വഴുതാൻ അ. അക്ക് പ്രത്യേകം പരിശീലനത്തിന്റെയൊന്നും ആവശ്യമുണ്ടായിരുന്നില്ല. പത്രക്കാർ അ. അയെ മൈക്കിനു മുന്നിൽ കിട്ടാൻ പതിനെട്ടടവും, പൂഴിക്കടകനും പയറ്റി സമ്പൂർണ്ണ പരാജയമടഞ്ഞ് ഒരു പിടികിട്ടാപ്പുള്ളിയായി പ്രഖ്യാപിച്ച് നെടുവീർപ്പിട്ട് ഓഫ്സ്ക്രീനിൽ കുത്തിയിരുന്നു.

ഗബ്രിയേലച്ചന്റെ അനാഥ മന്ദിരത്തിൽ വളർന്ന് സിദ്ധൻ എന്ന അരയന്റെ വധുവായ് തീർന്ന് അർനോൾഡിനെ പ്രസവിച്ചപ്പോൾ മുതൽ അ. അയെ എല്ലാവരും അർനോൾഡിന്റെ അമ്മേ എന്ന് വിളിച്ചു ശീലിച്ചു. ഉപയോഗിക്കാത്തതെന്തും പഴകി തുരുമ്പെടുത്തുപോവുക സ്വാഭാവികമായതുകൊണ്ട് അ. അയുടെ യഥാർത്ഥ പേര് അ. അ ഉൾപ്പെടെ മറന്നുപോയി. ആകെപ്പാടെ ഗബ്രിയേലച്ചൻ മാത്രമേ അ. അയെ ആ മാമോദീസാ പേര് വിളിച്ചിരുന്നുള്ളൂ. കാരണം അച്ചൻ തന്നെയായിരുന്നു അ. അയെ മാമോദീസാ മുക്കി ആ പേര് വിളിച്ചത്. അർനോൾഡ് ജനിച്ച് ഒരു വർഷത്തിനുള്ളിൽ ഗബ്രിയേലച്ചൻ അങ്ങ് സ്വർഗ്ഗകവാടം തേടി യാത്രയായി. അങ്ങനെ ഗബ്രിയേലച്ചൻ വിളിച്ച ആ മാമോദീസാപ്പേര് അച്ചന്റെയൊപ്പം സ്വർഗ്ഗലോകത്തെത്തി വെറുതെയിരുന്ന് തുരുമ്പ് പിടിച്ചു തുടങ്ങി.

മരടിനടുത്തുള്ള നെട്ടൂരിലെ അരയൻ സമുദായത്തിലെ സിത്തൻ, മുനമ്പത്ത് ഗബ്രിയേലച്ചൻ നടത്തുന്ന അനാഥാലയത്തിലെ അ. അയെ എങ്ങനെ കണ്ടുമുട്ടി, കെട്ടി കൂടെകൂട്ടി എന്നത് അത്യാവശ്യം വിപ്ലവവീര്യമുള്ള പ്രണയകഥയാണ്. അതിന്റെ ഹൈലൈറ്റ് ഒരു അരയൻ ഒരു എൽ സീ മുക്കുവപ്പെണ്ണിനെ കെട്ടിക്കൊണ്ടുവന്നത് ആ കരയിലെ നടാടെയുള്ള സംഭവമായിരുന്നു എന്നതാണ്. അ. അ അങ്ങനെയാണ് സിത്തനോടൊപ്പം അ. അ ആകുന്നതിനുമുൻപേ തന്നെ ആദ്യമായ് ഒരു വാർത്തയിൽ നിറയുന്നത്.

ഭരതന്റെ 'അമരം' കണ്ടിറങ്ങിയ ഹാങ്ങോവറിൽ അ. അയെ സിത്തൻ മുത്തേ എന്ന പ്രണയവിളിപ്പേരിലൊതുക്കിപ്പോൾ അ. അയുടെ യഥാർത്ഥ പേര് സ്വർഗ്ഗത്തിലെ ഗബ്രിയേലച്ചന്റെ കസ്റ്റഡിയിൽ നിന്നും വീണ്ടെടുക്കാനാവാത്ത തരത്തിൽ മങ്ങിപ്പോയി. സിത്തൻ വിളിച്ച മുത്തെന്ന പ്രണയപ്പേര്, പതിയെ വോട്ടർ ഐഡിയിലും റേഷൻകാർഡിലും മീനപ്ലായിത്തറ സിത്തൻ ഭാര്യ മുത്തെന്ന പേരിൽ ഉറച്ചുപോയി.

സിത്തന് വേമ്പനാട്ടുകായലിൽ ഊന്നുവലപ്പണിയായിരുന്നു. ഊന്നുവലയിൽ കുടുങ്ങുന്ന മൽസ്യങ്ങളെ സിത്തൻ വഞ്ചി തുഴഞ്ഞ് പോയി ശേഖരിച്ചുകൊണ്ടുവരും. വീടുകൾ കയറിയുള്ള മീൻവിൽപ്പന അ. അയും ഏറ്റെടുത്തോടെ കച്ചോടം പൊടിപാറി.

കേട്ടെഴുത്തും കടവിനടുത്തുള്ള ജനം അറക്കൽ ഭദ്രകാളി അമ്പലത്തിൽ കാണിക്കയിടുന്നതിനൊപ്പം തൊട്ടടുത്തുള്ള വിശുദ്ധകുരിശിൻമേൽ തിരി കത്തിച്ച് നേർച്ചയിട്ട് മാത്രമേ കായലിൽ മീൻപിടിക്കാൻ പോകൂ. ആ മതസൗഹാർദ്ദ ധൈര്യമാണ് അ. അക്ക് മകനെ അർനോൾഡ് എന്ന് വിളിക്കാൻ പിൻബലമായത്. പോരാത്തതിന് എനിക്കു പിറക്കുന്നത് ആൺകൊച്ചായാൽ അതിന് അർനോൾഡെന്ന് പേരുവിളിച്ചോളാമേ എന്ന് വല്ലാർപാടത്തമ്മക്ക്

അ. അ വാക്കും കൊടുത്തിരുന്നു. കഷ്ടകാലത്തിന് അർനോൾഡ് നെഗറ്റീവ് പബ്ലിസിറ്റിയിലൂടെയാണ് ഫേമസ്സ് ആയിപ്പോയത്. നെഗറ്റീവെങ്കി നെഗറ്റീവ് അവൻ എന്തായാലും പോലീസുകാരേം പത്രക്കാരേം നെട്ടോട്ടമോടിക്കുന്ന നൊട്ടോറിയസ്സായൊരു മിന്നും താരമെങ്കിലും ആയല്ലോന്നും പറഞ്ഞ് അ. അ നെടുവീർപ്പിട്ടു കൃതാർത്ഥയായി.

ഒരു ദിവസം പതിവുപോലെ ആണുങ്ങളെല്ലാം കേട്ടെഴുത്തും കടവിലെ പുഴവക്കിലുള്ള ഭാനൂന്റെ (ഭാനൂന്ന് പറഞ്ഞാ ഉദയഭാനൂ ന്നാ ട്ടാ) ഷാപ്പിൽ അന്തിക്കിത്തിരി കള്ളും മോന്തി മിനുങ്ങി ഇരിക്കുമ്പോൾ ആരോ പറഞ്ഞ ഒരു ഡബിൾമീനിങ്ങ് തമാശ വളർന്ന് ഒരു കൊലക്കത്തിയായ് മാറി ശിവരാമ നരയന്റെ നേർക്കു ചീറി വന്നു. ഇടയിൽ ചാടിവീണ സിത്തന്റെ ചോരയാണ് കത്തിയിൽ പറ്റിയത്. സിത്തനെ കുത്തിയ തിലകൻ ജയിലിലുമായി അ. അ അതോടെ വിധവയുമായി. സിത്തന്റെ വിധവ അയാളുടെ ഊന്നുവല ഏറ്റെടുത്തു. വഞ്ചിയിൽ പോയി വേലിയിറക്കത്തക്കത്തിന് വലവിരിച്ച്,അതിൽ കുടുങ്ങുന്ന മീൻ വഞ്ചിയിൽ പോയി ശേഖരിച്ച് വീടുവീടാന്തരം വിൽപ്പന നടത്തി. അ. അയുടെ പ്രാഞ്ഞി, നന്ദൻ കൊഴുവ, കണമ്പ്, നങ്ക് എന്നിവയൊക്കെ കുത്തുകൊണ്ട് ചത്തുപോയ സിത്തന്റെ വിധവ എന്ന സഹതാപതരംഗത്തിന്റേയും അ. അയുടെ ഗട്ട്സിന്റേയും പുറത്ത് കേട്ടഴുത്തും കടവിൽ സൂപ്പർ ഡ്യൂപ്പർ ഹിറ്റായി. സിത്തന്റെ വിധവേടെ മീങ്കച്ചവടം വീണ്ടും കൊടിപാറി പൊടിപാറി തുടർന്നു.

വഞ്ചി തുഴഞ്ഞ് കായലിൽ പോയി ഊന്നുവല വലിച്ച് മീൻ പിടിക്കണമെങ്കിൽ കുറച്ചേറെ ധൈര്യവും കരുത്തും വേണമായിരുന്നു. ആ കരയിൽ ഒരു അരയത്തിപ്പെണ്ണും കാട്ടാത്ത ധൈര്യം കാട്ടി എതിർപ്പുമായി വരുന്നവരുടെ നേർക്ക് കട്ടക്ക് അടിച്ചു നിന്ന് അ. അ വീണ്ടും ഒരു വാർത്തയായി. വിവിധയിനം പെടക്കണ ചെമ്മീനുകളായ കൊഞ്ച്, തെള്ളി, നാരൻ, ചൂടൻ, തുടങ്ങിയ ഇനങ്ങളെല്ലാം അ. അയുടെ ഊന്നുവലയിൽ കുടുങ്ങി. അങ്ങനെ അ. അ ആ കരയിൽ അത്യാവശ്യം ഡിമാന്റുള്ള മീൻകാരിയായി.

അർനോൾഡും അ. അയെ പ്പോലെ ആദ്യമായി ഒരു വാർത്തയാവുന്നത് സിത്തൻ എന്ന സ്വന്തം തന്തയെക്കൊന്ന തിലകൻ ശിക്ഷകഴിഞ്ഞ് ഇറങ്ങിയ അന്നു തന്നെ അയാളെ തന്റെ കത്തിക്ക് കോർത്ത് പരലോകത്തേക്ക് പറഞ്ഞു വിട്ട് ദുർഗുണപരിഹാര പാഠശാലയിൽ അഡ്മിഷൻ നേടിയിട്ടാണ്.

ഒരു വർഷത്തിനുശേഷം പാഠശാലയിൽ നിന്നും സ്വന്തമായി എഴുതിയുണ്ടാക്കി ഒപ്പിട്ട ടീസിയുമേന്തി മുംബെയിലേക്ക് കള്ളവണ്ടി കയറി ധാരാവി സർവ്വകലാശാലയിൽ ഉപരി പഠനത്തിന് ചേർന്നു. അവിടെയുള്ള ഛോട്ടു ദാദാ എന്ന ഗൈഡിന്റെ സഹായത്തോടെയാണ് അർനോൾഡ് 'ബലാൽസംഗവും തുടർന്ന് കൊലയും' എന്ന വിഷയത്തിൽ പിഎച്ച്ഡി സമ്പാദിക്കുന്നത്. വാർത്തകൾ സൃഷ്ടിക്കുന്നതിൽ ഞാൻ അമ്മയേക്കാൾ ഒരു പടി മുന്നിലാണ് എന്ന് തന്റെ പ്രവൃത്തികൾ വഴി അർനോൾഡ് വിളിച്ചറിയിച്ചുകൊണ്ടിരുന്നു.

'ബലാൽസംഗ്വും തുടർന്ന് കൊലയും' എന്ന വിഷയത്തിൽ പിഎച്ച്ഡി കിട്ടിയതോടെ തനിക്ക് തനതായ ഒരു മേച്ചിൽപ്പുറം സൃഷ്ടിക്കാനും കൂടുതൽ പ്രായോഗിക പരിശീലനത്തിനും വേണ്ടി അർനോൾഡ് കണ്ടെത്തിയത് സ്വന്തം തട്ടകമായ കേരളം തന്നെയായിരുന്നു. മലയാളം ചാനലുകളിൽ തന്റെ പേര് വാർത്തകളിൽ നിറയ്ക്കാൻ അർനോൾഡിന് വലിയ കാലതാമസമൊന്നും വേണ്ടിവന്നുമില്ല.

പണ്ടേ സ്വന്തമായി വാർത്തകൾ സൃഷ്ടിച്ചുകൊണ്ടിരുന്ന അ. അ മകന്റെ കെയറോഫിൽ വാർത്തകളിൽ ഇടം പിടിക്കുന്നത് അത്ര താൽപര്യമുള്ള കാര്യമായിരുന്നില്ല. അ. അക്ക് പെരുന്തച്ചൻ കോംപ്ലക്സാന്നൊക്കെ അസൂയക്കാര് പറഞ്ഞു പരത്തിയത് നിങ്ങ കാര്യമാക്കണ്ട. അ. അ എന്ന നിലയിലല്ലാതെ എങ്ങനെ സ്വന്തമായി എങ്ങനെ സ്വയം ഒരു വാർത്തയാകാം എന്ന കാര്യം ചിന്തിച്ച് ചിന്തിച്ചാണ് അർനോൾഡിന്റെ അമ്മ എന്ന നിലയിൽ പത്രക്കാരിൽ നിന്ന് വരാലുപോലെ വഴുതിമാറിക്കൊണ്ടിരുന്ന അ. അ സ്വയം തീരുമാനിച്ച് ഒരു വാർത്തയായ് തീരാൻ പത്രക്കാരെ അഭിമുഖീകരിക്കുന്നത്.

അർനോൾഡ് പത്രക്കാർക്ക് ഒരു പിടികിട്ടാപ്പുള്ളി ആണെങ്കിലും അ. അക്ക് അങ്ങനെ ആയിരുന്നില്ല. അർനോൾഡുമായി ബന്ധിപ്പിക്കുന്ന ഇൻബിൽട്ടായ ഒരു ജിപിഎസ് സിസ്റ്റം അ. അക്ക് അർനോൾഡിനെ പ്രസവിക്കുമ്പോഴേ ഉണ്ടായിരുന്നു. അല്ല എല്ലാ അമ്മമാർക്കും തന്റെ മക്കളുടെ ഒരു ട്രാക്കിങ്ങ് സിസ്റ്റം അവർ അമ്മമാരാകുമ്പോൾ തന്നെ ഉരുവാകുന്നതാണല്ലോ. അങ്ങനെയാണ് അർനോൾഡ് എറണാകുളത്ത് മരടിൽ തന്നെയുള്ള ആ പൊളിക്കാൻ പോകുന്ന കെട്ടിടത്തിനരികെ ഉള്ള പൊന്തക്കാട്ടിൽ തന്റെ പന്ത്രണ്ടാമത്തെ ഇരയെ ബലാൽസംഘം ചെയ്തുകൊണ്ടിരുന്നപ്പോൾ അ. അ ആ പതിനഞ്ച് നില കെട്ടിടത്തിന്റെ പന്ത്രണ്ടാം നിലയിൽ കാണപ്പെട്ടത്. അതിന് ഒരു മണിക്കൂർ മുൻപേയാണ് അ. അ ജീവിതത്തിൽനിന്നും വി.ആർ.എസ് എടുക്കാൻ തീരുമാനിച്ച് ഈ കെട്ടിടത്തിന്റെ മുകളിൽ എത്തിയതും.

അ. അ ആ കെട്ടിടത്തിന്റെ പന്ത്രണ്ടാം നിലയിൽ നിന്ന് ഏറ്റവും എളുപ്പം അർനോൾഡിലേക്കെത്താൻ വേണ്ടി അവന്റെ അടുത്തേക്ക് എടുത്തുപാടി. കെട്ടിടത്തിൽ നിന്നും തന്റെ ശരീരം സ്വതന്ത്രമായ ആ സമയത്ത് അ. അക്ക് ഗബ്രിയേലച്ചൻ മാമോദീസാ സമയത്ത് തനിക്കിട്ട ആ പേര് വെളിപാടുപോലെ മനസ്സിലേക്ക് കടന്നു വന്നു.

'വെറോനിക്ക'

വെറോനിക്കയ്ക്ക് പെട്ടെന്ന് പന്ത്രണ്ടാം നിലയിലെ പാരപ്പറ്റിലേക്ക് തിരിച്ചു ചെല്ലാൻ അസാമാന്യമായ പൂതി തോന്നി. ന്യൂട്ടന്റെ ഗുരുത്വാകർഷണ സിദ്ധാന്തവും അ. അയും ഒത്തുചേർന്ന് വെറോനിക്കയെ പന്ത്രണ്ടാം നിലയിലെ പാരപ്പറ്റിലേക്ക് തിരിച്ച് വിടാതിരിക്കാൻ മറിച്ചും ശ്രമം തുടങ്ങി.

കഥ വന്ന വഴി

ഒന്നാം ക്ലാസുമുതൽ ഒരുമിച്ചു പഠിച്ച പ്രസാദിന്റെ അമ്മയെ, പ്രസാദിന്റെ അമ്മേ എന്ന് വിളിച്ചാണ് ശീലം. മനോജ് അമ്പാടിയുടേയും ശിവശങ്കരന്റെ അമ്മയുടേയും പേരും അറിയില്ല. അവരുടെ പേര് ചേർത്താണ് അവരുടെ അമ്മമാരെ വിളിക്കാറ്. എന്റെ പേര് ചേർത്താണ് എന്റെ അമ്മയെ അവരും വിളിക്കാറ്. മക്കളെ പ്രസവിക്കുന്നതോടുകൂടി സ്വന്തം പേര് പോലും ഇല്ലാതായിപ്പോകുന്ന അമ്മമാരെ പറ്റി നേരത്തേ തന്നെ ആലോചിച്ചിട്ടുണ്ട്. ആ ചിന്തയിൽ നിന്നാണ് അ. അ. പിറന്നത്.

കിം കിഡുക്കിന്റെ പിയാത്താ യിലെ സുന്ദരനായ കൊലയാളിയും അയാളുടെ അമ്മ എന്ന് അവകാശപ്പെട്ടു വരുന്ന സ്ത്രീയും മനസ്സിൽ വല്ലാതെ കയറിക്കൂടിയിട്ടുണ്ട്. പിയാത്തായുടെ സ്വാധീനം ഈ കഥയിലുണ്ടെന്ന് നിങ്ങൾ കണ്ടുപിടിച്ചാൽ അത് നിഷേധിക്കാൻ തയ്യാറല്ല.

ആ മൂന്ന് ഇല്ലത്തരശികൾ

ഒന്നാം കാലപ്രമാണം: 1914 ആഗസ്റ്റ് 28, വെള്ളിയാഴ്ച.
ഒന്നാം സ്ഥലപ്രമാണം: ഹീലിഗെൻബ്ലട്ട്, ആസ്ട്രിയ
ഒന്നാം ലോകത്തരശി : ഇംഫ്രിഡ്

എല്ലാത്തിന്റേയും തുടക്കം ഇങ്ങനെയായിരുന്നു. യങ് ബോസ്നിയ എന്ന സംഘടനയിലുള്ള ഗാവ്രിലോ പ്രിൻസിപ്പ് എന്നൊരാൾ രണ്ടു മാസം മുൻപ് ആർച്ച്ഡ്യൂക്ക് ഫ്രാൻസിസ് ഫെർഡിനാന്റിനേയും ഭാര്യ സോഫിയയേയും വെടിവെച്ചുകൊന്നു. ബോസ്നിയയിലെ സരാജെവോയിലാണ് ഇതു നടന്നത്. ഒരു മാസത്തിനു മുൻപ് എന്റെ മാതൃരാജ്യം സെർബിയക്കെതിരെ യുദ്ധം പ്രഖ്യാപിച്ചു. ഡ്യൂക്കിന്റേയും ഭാര്യയുടേയും കൊലപാതകത്തിൽ സെർബിയക്ക് കൈയുണ്ട് എന്ന സംശയത്തിന്റെ അടിസ്ഥാനത്തിലായിരുന്നു യുദ്ധപ്രഖ്യാപനം. ഇതൊക്കെ പറഞ്ഞുതന്നത് ഇടവകയിലെ ജോണച്ചനായിരുന്നു. അത്യാവശ്യം ജർമ്മൻ ഭാഷ എഴുതാനും വായിക്കാനും മാത്രം കഴിവുള്ള ഇംഫ്രിഡ് എന്ന നാൽപ്പതു വയസ്സുള്ള വിധവക്ക്, അഞ്ചു കുട്ടികളുടെ അമ്മയായ എനിക്ക്, ഈ വക കാര്യങ്ങൾ അന്വേഷിക്കാൻ നേരമുണ്ടായിരുന്നില്ല. അച്ഛനില്ലാത്ത എന്റെ കുഞ്ഞുങ്ങൾ വിശന്ന് കരയരുത്, അത് മാത്രമേ എനിക്ക് ആലോചിക്കാനുണ്ടായിരുന്നുള്ളൂ.

പൊതുവേ ശാന്തമാണ് ഞങ്ങളുടെ പട്ടണം, പർവ്വതനിരകളാൽ ചുറ്റപ്പെട്ട് ഓർക്കിഡ്സുകൾ പൂത്തുനിൽക്കുന്ന താഴ് വരകളും, പർവ്വതങ്ങളിലെ മഞ്ഞുരുകിയെത്തുന്ന ജലം വഹിക്കുന്ന കൊച്ചരുവികളും ഒഴുകുന്ന, ഫോട്ടോ ഫ്രെയിമുകൾ പോലെ മനോഹരമായ ദൃശ്യഭംഗി നിറഞ്ഞ സ്ഥലം. പക്ഷേ, ഇപ്പോൾ ആ സുന്ദരദൃശ്യങ്ങൾ കാണാനാവാതെ അവയെ അവഗണിക്കുകയാണ് ഞങ്ങൾ.വിനോദസഞ്ചാരികളുടെ ഒഴുക്ക് പതുക്കെ നിലച്ചുതുടങ്ങിയിരിക്കുന്നു.

കുറേ നാളായി ഉരുണ്ടു കൂടിയിരുന്ന യുദ്ധഭീതി ഡ്യൂക്കിന്റെ കൊലപാതകത്തോടെ യാഥാർത്ഥ്യമായി. സ്വന്തമായുണ്ടായ കുറച്ച് മുന്തിരിത്തോട്ടങ്ങളിൽ നിന്നും ശേഖരിച്ച മുന്തിരി വാറ്റിയെടുത്ത വൈൻ വിറ്റാണ് ഞാനും മക്കളും കഴിഞ്ഞുവന്നിരുന്നത്. യുദ്ധം കൊടും പട്ടിണിയിലേക്കും ദാരിദ്രത്തിലേക്കും മൊത്തം ജനങ്ങളെ തള്ളിവിടും എന്ന് ജോണച്ചന്റെ സംസാരത്തിൽ നിന്നും എനിക്ക് മനസ്സിലായി. മരിക്കുന്നതിലായിരുന്നില്ല എന്റെ പേടി. മരിക്കാതെ അവശേഷിച്ചാൽ ഞാനും എന്റെ മക്കളും ഈ യുദ്ധത്തെ എങ്ങനെ അതിജീവിക്കും എന്നതായിരുന്നു ആശങ്ക. എന്റെ മാത്രമല്ല യുദ്ധം പടർന്നു പിടിക്കാനിടയുള്ള എല്ലാ രാജ്യത്തെ സാധാരണക്കാരുടേയും പേടി ഇതുതന്നെയാവും.

അങ്ങനെയാണ് ഞാൻ ഹീലിഗെൻബ്ലട്ടിലെ ചാപ്പലിലേക്ക് പോകാനുറച്ചത്. താഴ്വരയിൽ നിന്നാൽ ആകാശത്തേക്ക് കൂർത്തുനിൽക്കുന്ന ചാപ്പലിന്റെ മകുടം കാണാം. അതിലെ നാഴികമണികളും. ഗ്രോസ്ഗ്ലോക്ക്നർ ഹൈ ആൽപൈൻ റോഡിൽ കൂടി ഞാൻ നടന്നു. അതിശയകരവും മനോഹരവുമായ കാഴ്ചകൾക്ക് ഈ റോഡ് പ്രസിദ്ധമാണ്. പക്ഷെ ഇന്ന് ഇതിലൂടെ നടക്കുന്ന ആർക്കും അത് ആസ്വദിക്കാനാവുമായിരുന്നില്ല. യുദ്ധഭീതി വളർന്നിരുന്നു, മുന്നിൽ കാണുന്ന ഗ്രോസ്ഗ്ലോക്ക്നർ പർവ്വതം പോലെ.

കർത്താവിന്റെ അടുത്ത് മുട്ടിപ്പായി പ്രാർത്ഥിക്കാൻ വന്നതാണ് ഞാൻ, എന്റെ താമസസ്ഥലത്തിനടുത്തുനിന്ന് ഒരു മണിക്കൂർ നടന്നാൽ ചാപ്പ ലിലെത്താം. യഹോവയുടെ രക്തം പുരണ്ട ഒരു കാസയുടെ സാന്നിദ്ധ്യം കൊണ്ട് ലോകപ്രസിദ്ധമാണ് ഈ കൊച്ചു ചാപ്പൽ. ഹീലിഗെൻബ്ലട്ട് എന്ന ഞങ്ങളുടെ ഈ ചെറിയ പട്ടണത്തിന്റെ അർത്ഥം തന്നെ വിശുദ്ധരക്തം എന്നതാണ്. ആയുധങ്ങൾക്ക് മുറിവേൽപ്പിക്കുക, കൊല്ലുക എന്നീ പ്രവർത്തി മാത്രമല്ലേ അറിയൂ. എന്റെ രാജ്യത്തെ മനുഷ്യർ ഓരോരുത്തരും ഓരോ ആയുധങ്ങളായ് മാറിക്കൊണ്ടിരുന്നു. വലിയ തിരക്കുണ്ടാവാറുണ്ട് ചാപ്പലിൽ. പക്ഷേ, യുദ്ധ ഭീതി കാരണം ആശങ്കപ്പെട്ടു പ്രാർത്ഥിക്കുന്ന കുറച്ചു മുഖങ്ങൾ മാത്രമേ ഈ വെള്ളിയാഴ്ചയിൽ എനിക്കവിടെ കാണാനായുള്ളൂ.

വെറുതെയാണെന്ന് അറിയാമെങ്കിലും അവിടെ കൂടിയിരുന്ന ഞാനു ൾപ്പെടെയുള്ള സാധാരണ ജനങ്ങൾ ലോകസമാധാനത്തിനായി കർത്താ വീശോമിശിഹായോട് മുട്ടിപ്പായി പ്രാർത്ഥിച്ചുകൊണ്ടേയിരുന്നു.

രണ്ടാം കാലപ്രമാണം: 1945 ആഗസ്റ്റ് 6, കാലത്ത് 8 മണിമുതൽ 8.30 വരെ.

രണ്ടാം സ്ഥലപ്രമാണം: ഹിരോഷിമ, ജപ്പാൻ

രണ്ടാം ലോക അരശി : ഡെയ്സുകേ

പതിനഞ്ച് മിനിറ്റിന് മുൻപ്...

ഡെയ്സുകേ അന്ന് വലിയ സന്തോഷത്തിലായിരുന്നു. അകിയാരയുമാ യുള്ള വിവാഹം കഴിഞ്ഞിട്ട് 8 വർഷം. ഒപ്പം ഷിൻസുകെയുടെ പിറന്നാളും. തങ്ങളുടെ വിവാഹവാർഷികവും ഷിൻസുകെയുടെ ഒന്നാം പിറന്നാളും ഒരുമിച്ച് ആഘോഷിക്കുന്നതിന്റെ ഇരട്ടിമധുര സന്തോഷത്തിലാണ് അവൾ. അകിയാര സാധാരണ ഒരു ഫാക്ടറിത്തൊഴിലാളിയാണ്. മൂത്ത മകൾ ഇച്ചിക രണ്ടാം ക്ലാസിൽ. രാജ്യം മൂടിക്കെട്ടിയ ഒരു അരക്ഷിതാവസ്ഥയിലാണ്. പക്ഷേ, ആ കൊച്ചു വീട് സമാധാനത്തിന്റെ അലയൊലികളിലാണ്

പത്ത് മിനിറ്റിന് മുൻപ്....

അകിയാരക്ക് ഫാക്ടറിയിലേക്ക് പോകണം.ഇച്ചികക്ക് സ്കൂളിലും ഡെയ്സുകേ അടുക്കളയിൽ തിരക്കിലാണ്, ഗ്രീൻ ടീ അകിയാരക്ക് വേണ്ട

മിസോ സൂപ്പിന്റെ ആളാണ് അകിയാര, ഡെയ്സുകേക്കും സൂപ്പാണ് പ്രിയം. കാലത്ത് ആവി പറക്കുന്ന ഒരു കപ്പ് മിസോ സൂപ്പ്. അത് അളവില്ലാത്ത ഊർജ്ജം തരും. നാറ്റോ തയ്യാറായി. ഗോഹാൻ അടുപ്പിലാണ്. ഇടയ്ക്ക് ഷിൻ സുകെയുടെ നേർക്ക് ഒരു കണ്ണ് വേണം. അവൻ നല്ല ഉറക്കമാണ്. അവൾ പ്രഭാത ഭക്ഷണം വിളമ്പി.

ഇനി മൂന്ന് മിനിറ്റ് മാത്രം.....

അകിയാരയും ഇച്ചികയും ഇറങ്ങുകയാണ് ഫാക്ടറിയിലേക്കും സ്കൂളിലേക്കുമായി. വൈകുന്നേരം ഡിന്നർ കെങ്കേമമാക്കണം. ഡെയ്സുകേ കണക്കു കൂട്ടി. വളരെ കുറച്ച് അതിഥികൾ മാത്രമേ ഉണ്ടാവൂ വറുതിക്കാലമാണ്. എന്നാലും തന്നാലാവുന്നതുപോലെ. ഗ്രിൽഡ് ഫിഷ്, അജിറ്റ്സ്യൂക്ക് നോറി, ജെൻമൈ, പിന്നെ സുകേമോനോ, ഇത്രയും വിഭവങ്ങൾ മതിയാകും അവൾ തീരുമാനിച്ചു. തൊട്ടിലിൽ ഷിൻസുകെ ഉണർന്ന് വിശന്ന് കരഞ്ഞു. ഡെയ്സുകേ തൊട്ടിലിൽ നിന്ന് മകനെ എടുത്ത് മാറോടു ചേർത്തു.

ആ നിമിഷം....

ലിറ്റിൽ ബോയ്.... അവൻ ചിറകുവിരിച്ച് പറന്നിറങ്ങുകയാണ് ആ നഗരത്തിന് മുകളിൽ.

ഒരു മിനിറ്റ് കഴിഞ്ഞ്....

ഡെയ്സുകേയുടെ മേൽ അസാമാന്യമായ ചൂട് പടരുകയാണ്. എന്താണ് സംഭവിക്കുന്നത് എന്നറിയുന്നതിനുമുൻപ് അവൾ ഉരുകാൻ തുടങ്ങി. ഒരു മെഴുകുതിരിപോലെ,... അവൾക്കു മനസ്സിലായി ഹിരോഷിമയുടെ ആകാശത്ത് അരുതാത്തതെന്തോ സംഭവിക്കുന്നു. അവൾ അവസാനിക്കുകയാണ്. പക്ഷേ, തന്റെ മകൻ, അവനെ താൻ മരണത്തിന് വിട്ടുകൊടുക്കില്ല എന്ന വാശിയിലാണ്. അവൾ അവനെ അവളാൽ പൊതിയാൻ തുടങ്ങി. അവനു ചുറ്റിലും ഒരു ശക്തിക്കും ഭേദിക്കാനാവാത്ത തരത്തിൽ. അവൾ സ്വയം ഷിൻസുകേയുടെ മേൽ ഒരു കവചമായി.

പതിനഞ്ച് മിനിറ്റിന് ശേഷം...

ചത്തുകരിഞ്ഞ ഡെയ്സുകേയുടെ വലതുകൈ അടർന്നു വീണു. അവൾ അവളാൽ സ്വയം നിർമ്മിച്ച സുരക്ഷിത പേടകത്തിൽ നിന്നും ഒരു മുട്ടത്തോടിൽ നിന്നും പുറത്തേക്കെന്നപോലെ ഷിൻസുകേ ഇഴഞ്ഞ് പുറത്തേക്കു വന്നു, ഒരു കൊല്ലം മുൻപേ ഡെയ്സുകേയുടെ ഗർഭപാത്രത്തിൽ നിന്നും പുറത്തേക്ക് വന്ന പോലെ. അവൻ ചുറ്റും നോക്കി,അവന് വിശന്നു, അവൻ പതിയെ കരഞ്ഞ് തുടങ്ങി. ഹിരോഷിമാ നഗരം മുഴുവനും അവനോട് ചേർന്ന് അലറിക്കരഞ്ഞു തുടങ്ങി.

മൂന്നാം കാലപ്രമാണം: 2020 ആഗസ്റ്റ് 15 തുടങ്ങി രണ്ടു ദിവസങ്ങൾ

മൂന്നാം സ്ഥലപ്രമാണം: 'ശ്രീവിജയം' അമരമ്പലം റോഡ്, പൂക്കോട്ടു

പാടം പോസ്റ്റ്, മലപ്പുറം ജില്ല, കേരള.

മൂന്നാം ലോകത്തെ അരശി: വിജയലക്ഷ്മി ബാലകൃഷ്ണൻ.

കല്യാണം കഴിഞ്ഞു വന്നപ്പോൾ തുടങ്ങിയതാണ് വില്ലൂത്തപ്പനുമായുള്ള ചങ്ങാത്തം. വീട്ടിലെ ഒരു മൂത്തകാരണവരോട് തോന്നുന്ന ബഹുമാനം കലർന്ന സ്നേഹം. നവവിധഭക്തിയിൽ ഏതൊരു രീതിയിലും തേവരെ കാണാല്ലോ. സങ്കടമായാലും സന്തോഷമായാലും ആ സന്നിധിയിൽ തന്നെയാണ് ആദ്യം ചെന്ന് പറയുക. പുലവാലായ്മ ദിവസങ്ങളിലോ മാസമുറ സമയങ്ങളിലോ ഒഴിച്ച് ഒരു ദിവസം പോലും തേവരെ തൊഴുന്നത് മുടക്കിയിട്ടില്ല. പ്രദോഷ ദിവസങ്ങളിൽ വൈകീട്ടും ചെല്ലും. ഈ ലോക്ക്ഡൌൺ പതിവുചിട്ടവട്ടങ്ങളെ യൊക്കെ തകിടം മറിച്ചിരിക്കുന്നു. നാലര മാസം കഴിഞ്ഞു വില്ലൂത്തപ്പനെ കണ്ടിട്ട്. പറഞ്ഞുവന്നാൽ എന്താണൊരു കുറവ്? ആയിരം പൂർണ്ണ ചന്ദ്രനെ കാണാൻ പറ്റുക. അതും ആരോഗ്യത്തോടെയിരിക്കുന്ന ഭർത്താവിനും മൂന്ന് ആൺ മക്കൾക്കുമൊപ്പം. എൺപത്തിനാലാം പിറന്നാളായ ഇന്നെങ്കിലും വില്ലൂത്തപ്പനെ കാണണം എന്നുണ്ടായിരുന്നു. അറുപത്തഞ്ച് വയസ്സിനു മുക ളിലുള്ളവരെ അമ്പലത്തിനുള്ളിൽ കയറ്റില്ലാത്രേ. വില്ലൂത്തപ്പനെ കാണാതെ എന്ത് ആഘോഷം. ന്നാ പ്പിന്നെ ആഘോഷങ്ങളൊന്നും വേണ്ടാന്നങ്ങ് തീരു മാനിച്ചു.

മൂത്തമകൻ രാമകൃഷ്ണനും കുടുംബവും അങ്ങ് വിയന്നയിലാണ്. രണ്ടാമത്തെ മകൻ ജയകൃഷ്ണനും കുടുംബവും ഇങ്ങ് ടോക്കിയോവിലും. എന്തായാലും ഇളയ മകൻ വിജയകൃഷ്ണനും കുടുംബവുമെങ്കിലും കൂടെയു ണ്ടല്ലോ. ആശ്വാസം. കാറ്ററിങ്ങ് സർവ്വീസുകാർ 20 പേർക്കുള്ള സദ്യ, രണ്ടു കൂട്ടം പായസമുൾപ്പെടെ പതിനൊന്ന് മണിക്കേ എത്തിച്ചു തന്നു. നാലും പൂജാമുറി യിൽ വിളക്കുകത്തിച്ച് വില്ലൂത്തപ്പനെ മനസ്സിൽ വിചാരിച്ച് ഒരു പായസം വെച്ച് നേദിച്ചു.1001 രൂപ ഉഴിഞ്ഞ് വെച്ചു,ഒരു വെള്ളിക്കിണ്ടിയും സമർപ്പിച്ച് നമസ് കരിച്ചു. തേവരെ കാണാൻ വിധി അനുവദിക്കുമ്പോൾ നടയ്ക്ക് വെക്കാം, അതുമതി. വിദേശത്തുള്ള രണ്ടു മക്കളും കുറച്ച് ബന്ധുക്കാരുമൊക്കെ ചേർന്ന് ഒരു സൂം മീറ്റിങ്ങ്, അതു കഴിഞ്ഞ് സദ്യ, കേക്കൊക്കെ മുറിക്കണമെന്ന് മക്കൾക്ക് മോഹമുണ്ടായിരുന്നു. കേക്ക് വെട്ടി ദീപം ഊതിക്കെടുത്തുന്ന ഏർപ്പാടിന് ഇല്ല, എന്ന് കട്ടായം പറഞ്ഞു. ഇപ്പോഴും തനി നാട്ടിൻപുറത്തു കാരി തന്നെ. അത്രക്കങ്ങട്ട് പരിഷ്കാരി ആവണ്ട, അല്ല പിന്നെ.

അന്നു രാത്രി ശക്തമായ പനിയും തൊണ്ടവേദനയുമായി നിലമ്പൂരിലെ ആസ്പത്രിയിൽ അഡ്മിറ്റ് ചെയ്തു. ടെസ്റ്റുകളുടെ പരിശോധനാഫലം വന്നപ്പോൾ കോവിഡ് പോസിറ്റീവ്. സദ്യയുണ്ണാൻ വന്ന ചുരുക്കം

പേർക്കും വീട്ടിലെല്ലാവർക്കും ആന്റിജൻ ടെസ്റ്റ് നടത്തി. ഫലം നെഗറ്റീവ് രണ്ടു ദിവസം കഴിഞ്ഞ് കേരളത്തിൽ കോവിഡ് വന്ന് മരിച്ച ആളുകളുടെ പട്ടികയിൽ മുന്നൂറ്റി അറുപത്തഞ്ചാമത്തെ സ്ഥാനം കിട്ടി. തെക്കേപ്പറമ്പിൽ ചിതയൊരുക്കണം എന്ന അന്ത്യാഭിലാഷത്തെ നിരാകരിച്ച് കോവിഡ് പ്രോട്ടോ

ക്കോൾ പ്രകാരം ചെട്ടിപ്പാടത്തെ പൊതുശ്മശാനത്തിൽ അന്ത്യവിശ്രമവും തുടങ്ങി.

നാലാം കാലപ്രമാണം: 2020 ലെ ആഗസ്റ്റ് മാസം കഴിഞ്ഞ് ഏതോ ഒരു ദിവസം

നാലാം സ്ഥലപ്രമാണം: ഭൂമിയിലെവിടെയോ...

നാലാം വ്യക്തി/വ്യക്തികൾ: മാസ്കുകൾ ധരിച്ച ആ പതിമൂന്ന് പേർ..

മഹാൻമാരേ മഹതികളേ,

ഈ ബയോയുദ്ധത്തിലെ ഏറ്റവും പുതിയ കണക്ക് അനുസരിച്ച്, ഒരുകോടി ഇരുപത്തിമൂന്നു ലക്ഷത്തി പതിമൂവായിരത്തി ഇരുനൂറ്റി തൊന്നൂറ്റി ആറ് പേർ വീണുകഴിഞ്ഞിരിക്കുന്നു. നമ്മൾ കണക്കുകൂട്ടിയ പോലെ വീഴ്ചയിൽ നല്ലരീതിയിൽ വർദ്ധനവുണ്ടായിട്ടുണ്ട്. മൂന്നു കോടി ജീവനുകൾ വീണുകഴിഞ്ഞ ശേഷം മാത്രം വാക്സിനുകൾ വിപണിയിലെത്തിച്ചാൽ മതി എന്ന നമ്മുടെ അജണ്ടയെ ആ പരിഷകൾ അംഗീകരിച്ചിരിക്കുന്നു എന്നത് സന്തോഷം തരുന്ന വാർത്തയാണ്. അല്ലെങ്കിലും നമ്മുടെ തീരുമാനത്തിനപ്പുറം ശബ്ദിക്കാൻ അവറ്റകൾക്ക് കഴിയാതായിട്ട് വർഷങ്ങളായല്ലോ. ഈ വാക്സിൻ വിപണിയിലെത്തിക്കുക വഴി നമ്മുടെ അക്കൌണ്ടിൽ ഏകദേശം 20000 മില്യൺ ഡോളറാണ് ക്രഡിറ്റാകുമെന്ന് പ്രതീക്ഷിക്കുന്നത്. മിക്കവാറും ഇതോടെ രാജ്യങ്ങൾ തമ്മിലുള്ള അതിർത്തികൾ മായുകയും, സാർവ്വജനസാഹോദര്യം പുലർന്ന് നമ്മൾ പതിമൂന്ന് പേർ നയിക്കുന്ന ലോകം പുലരട്ടെ എന്നാണ് എന്റെ ആശ. നമ്മുടെ ഒരു ആഗ്രഹവും ഇതുവരെ സഫലീകൃതമാകാതിരുന്നിട്ടില്ല എന്നത് എന്റെ ആത്മവിശ്വാസം വർദ്ധിപ്പിക്കുന്നു. വിശിഷ്ടവ്യക്തികളുടെ തലയോട്ടി കൊണ്ട് ഉണ്ടാക്കിയ ഈ ചഷകത്തിൽ അമരത്വം പ്രദാനം ചെയ്യുന്ന ഈ പാനീയം പാനം ചെയ്തുകൊണ്ട് ഈ മീറ്റിങ്ങ് ഔദ്യോഗികമായി നമുക്കാരംഭിക്കാം. വളരെയധികം കാര്യങ്ങളിൽ നമുക്ക് തീരുമാനമെടുക്കേണ്ടതായുണ്ട് അതിനാൽ സമയം കളയാതെ ആദ്യത്തെ അജണ്ടയിലേക്ക് കടക്കാം.

നമസ്കാരം....

പിൻ കുറിപ്പുകൾ: ഡെയ്സുകേ(വലിയ സഹായി) അകിയാര (ശോഭയുള്ള വ്യക്തി) ഷിൻസുകെ (പ്രശസ്ത ജാപ്പനീസ് ഗുസ്തിക്കാരനും അയോധനകലാ വിദഗ്ദ്ധനുമായ ഷിൻസുകെ നകമുരയിൽ നിന്നും പ്രചോദനം) ഉച്ചിക (ആയിരം പൂക്കൾ എന്നാണ് ഈ ജാപ്പാനീസ് പേരിന്റെ അർത്ഥം) മിസോ സൂപ്പ് (മിസോ ഷിരു എന്ന പരമ്പരാഗത ജാപ്പാനീസ് സൂപ്പ്) നാറ്റോ പുളിപ്പിച്ച സോയാ ബീൻസ് കൊണ്ടുള്ള ജപ്പാനീസ് പ്രഭാത ഭക്ഷണം) ഗാഹാൻ (ആവിയിൽ വേവിച്ച അരി) അജിറ്റ്സ്യൂക്ക്നോറി (ഉണങ്ങിയതും പാകമായതുമായ കടൽച്ചീര), ജെൻമൈ (ബ്രൌൺ റൈസ്) സുകേ

മോനോ (അച്ചാറിട്ട പച്ചക്കറികൾ) ലിറ്റിൽ ബോയ് & ഫാറ്റ് മാൻ (ഹിരോഷിമ യിലും നാഗസാക്കിയിലും വിക്ഷേപിച്ച അണുബോംബുകൾ).

കഥ വന്ന വഴി

2010 ഡിംസംബറിലെ IFFK ൽ കണ്ട ജാപ്പാനീസ് മാംഗോ ഗണത്തിൽപ്പെട്ട ഒരു കാർട്ടൂൺ ചിത്രം മനസ്സിനെ വല്ലാതെ പൊള്ളിച്ചു. കാർട്ടൂൺ എന്നാൽ ടോം ആന്റ് ജെറി എന്നോ ഡൊണാൾഡ് ഡക്കെന്നോ വിശ്വസിച്ചിരുന്ന എന്റെ സങ്കൽപ്പങ്ങളെ ആ കാർട്ടൂൺ ചിത്രം തകിടം മറിച്ചു കളഞ്ഞു. ഹിരോഷിമ യിൽ ലിറ്റിൽ ബോയ് പതിക്കുന്നതിനു മുൻപിലും പുറകിലുമായി സാധാരണ ജപ്പാൻ ജനതയുടെ ജീവിതം എങ്ങനെ മാറിപ്പോയി എന്ന പത്തുമിനിറ്റ് നീണ്ട ആ കാർട്ടൂൺ ചിത്രം കാഴ്ചയുടെ ഒരു പുതുപാഠമായിരുന്നു.

ആ കാഴ്ചയിൽ നിന്ന് രണ്ടാം ലോകമഹായുദ്ധത്തിന്റെ ആഴം കിട്ടി. അതിൽ നിന്നും മുന്നോട്ടും പിന്നോട്ടും സഞ്ചരിച്ച് ഒന്നാം ഇല്ലത്തരശിയേയും മൂന്നാം ഇല്ലത്തരശിയേയും കണ്ടുപിടിച്ചു.

House wife, വീട്ടമ്മ എന്നീ പദങ്ങളെക്കാളും ഇല്ലത്തരശി എന്ന തമിഴ് പദമാണ് വീട്ടമ്മമാരെ ബഹുമാനിക്കുന്ന പദം എന്നാണ് തോന്നിയിട്ടുള്ളത്. വീട്ടിലെ രാജ്ഞി എന്നതിന്റെ തമിഴ് പേരാണ് കഥക്ക് യോജിച്ച തലക്കെട്ട് എന്ന് തോന്നിയതു കൊണ്ട് അങ്ങനെ.

വിജയലക്ഷ്മി അമ്മ പ്രിയ സുഹൃത്ത് വി കെ എന്നു വിളിക്കുന്ന പൂക്കോട്ടുപാടത്തെ വിജയകൃഷ്ണന്റെ അമ്മ മാത്രമല്ല ഞങ്ങൾ സുഹൃത്തു ക്കളുടെ കൂടെ അമ്മയാണ്. ഞങ്ങളുടെ മനസ്സിൽ ചിരിച്ചുകൊണ്ട് ഇരിക്കുന്ന ആ അമ്മക്ക് ആദരാഞ്ജലി.

ജരിത

കേളികൊട്ട്

പ്രോസിക്യൂഷന് പ്രതികളുടെ മേലുള്ള കുറ്റം സംശയാതീതമായി തെളിയിക്കാനായിട്ടില്ല. അതിനാൽ ആമീൻ ക്രിസ്റ്റഫർ ചിസ്തി, സയ്യിദ് ഇർഫാൻ അലി, ബബ്ബർ ഖാൻ, അഹമ്മദ് ഇസ്ഫഹാൻ അലി എന്ന നാലുപേരേയും കോടതി നിരുപാധികം വെറുതെ വിടാൻ ഇതിനാൽ ഉത്തരവായിക്കൊള്ളുന്നു.

അരങ്ങുകേളി

പുഷ്കറിലെ ജില്ലാകോടതിയിൽ നിന്ന് ജരിത ഇറങ്ങിവന്നു. പാറിപ്പറക്കുന്ന എണ്ണമയമില്ലാത്ത തലമുടിമേൽ ശിരോവസ്ത്രം വലിച്ചിട്ട് അവൾ തനിക്കുനേരേ നീണ്ടുവന്ന ചാനൽ ക്യാമറകളെ തുറിച്ചുനോക്കി പതറാത്ത ശബ്ദത്തിൽ പറഞ്ഞുതുടങ്ങി.

അഡ്‌ലൈഡിൽ നിന്നും കഴിഞ്ഞ ദിവസം എത്തിയ എലീൻ ആന്റേർസൺ അവളെ ശ്രദ്ധയോടെ കേട്ടു.

തിര(രിഞ്ഞു)നോട്ടം

ആസ്ട്രേലിയയിലെ അഡ്‌ലൈഡിന് അടുത്തുള്ള നോർവുഡിലാണ് എലീൻ ജനിച്ചത്. നോവലിസ്റ്റായ അച്ഛൻ ക്ലോഡ് ആന്റേർസനാണ് ജേർണലിസ്റ്റ് ആവണം എന്ന മോഹം കുട്ടിക്കാലത്തേ അവളിൽ ഉടലെടുക്കാനുള്ള പ്രേരകശക്തി. ക്ലോഡും "ദി ഓസ്ട്രേലിയൻ" എന്ന പത്രത്തിലാണ് ട്രെയിനി ജേർണലിസ്റ്റായി കരിയർ തുടങ്ങുന്നത്. അവളുടെ പപ്പ പിന്നീട് നോവലെഴുത്തിലേക്ക് കടന്നു. "സൂര്യന്റെ ആയിരം ചുവന്ന ദളങ്ങൾ" എന്ന നോവൽ പപ്പയുടെ കരിയറിൽ ബ്രേക്ക് ത്രൂ ആയി. കല്ലുവെച്ച നുണകൾ എഴുതുന്നതിൽ (ക്ലോഡിന്റെ നോവലുകളെ എലീൻ അങ്ങനെയാണ് വിളിക്കാറ്) അവൾക്ക് താൽപര്യമില്ലായിരുന്നു. മനുഷ്യരുടെ പച്ചയായ ജീവിതങ്ങൾ കണ്ടെത്തുന്നതിലായിരുന്നു അവൾക്ക് താൽപര്യം.

പന്ത്രണ്ടാം ക്ലാസ് കഴിഞ്ഞപ്പോൾ ജേർണലിസം പഠിക്കാൻ അഡ്‌ലൈഡ് യൂണിവേഴ്സിറ്റിയിൽ ചേരണോ അതോ യൂണിവേഴ്സിറ്റി ഓഫ് സൗത്ത് ഓസ്ട്രേലിയ മതിയോ എന്നതു മാത്രമായിരുന്നു അവളുടെ സംശയം. വീട്ടിൽ നിന്ന് അഡ്‌ലൈഡ് യൂണിവേഴ്സിറ്റിയിലേക്ക്, നടന്നു പോയാൽ 35 മിനിറ്റ്, കാറിലായാൽ 5 മിനിറ്റ്, ബസ്സിൽപ്പോയാൽ 14 മിനിറ്റ് ഇതായിരുന്നു കണക്ക്.

കാറെടുത്താൽ എളുപ്പമെത്താം, പക്ഷെ പാർക്കിങ്ങ് പ്രശ്നമാണ്. വിദ്യാർത്ഥികൾക്ക് പാർക്കിങ്ങ് ഫീസിൽ ഇളവൊന്നുമില്ല. വീടിനു മുന്നിൽ നിന്നും യൂണിവേഴ്സിറ്റിയിലേക്ക് ബസ്സുണ്ട്. ബസ്സ് യാത്ര ബോറടിക്കുമ്പോൾ ഇടക്ക് സൈക്കിളുമെടുക്കാം. കൂടാതെ അഡലൈഡ് യൂണിവേഴ്സിറ്റി പ്രശസ്തി

യിൽ മുൻപന്തിയിലുമായിരുന്നു. പപ്പയുടെ സജഷനായിരുന്നു ബാച്ചിലർ ഓഫ് മീഡിയാ ഇൻ ജേർണലിസം എന്ന ബിരുദ കോഴ്സ്.

യൂണിവേഴ്സിറ്റിയുടെ പുരാതനമായ ചുവന്നകല്ലു കൊണ്ട് പണിത കെട്ടിടങ്ങളിലെ ഓടുപാകിയ നടവഴികളിലൂടെ ക്ലാസില്ലാത്ത സമയങ്ങളിൽ അവൾ വെറുതെ നടക്കാറുണ്ട്. ക്ലാസ്മേറ്റായ സോഫിയും മിക്കവാറും കൂടെയുണ്ടാകും. നടത്തം യൂണിവേഴ്സിറ്റി സ്റ്റുഡന്റ്സ് ഹബ്ബിലുള്ള ജാപ്പാനീസ് കഫേയിലാണ് അവസാനിക്കുക. സോഫി ഒരു സൂഷി ഓർഡർ ചെയ്യും. എലീൻ ഒരു ഫ്ളാറ്റ് വൈറ്റ് കോഫിയും. അഡലൈഡിൽ നിന്നും എൺപത് കിലോമീറ്റർ പടിഞ്ഞാറ് മാറി എഡിത്ത്ബർഗ്ഗിലാണ് സോഫിയുടെ വീട്. അവളും അമ്മയും മാത്രമടങ്ങിയ ഒരു കൊച്ചു കുടുംബം.

ആഴ്ചയിൽ മൂന്നു ദിവസമേ യൂണിവേഴ്സിറ്റിയിൽ ക്ലാസുള്ളൂ, ബാക്കിയുള്ള ദിവസങ്ങളിൽ കയ്യിലുള്ള ക്യാമറയുമായി അവൾ വാർത്തകൾ തേടി ഒറ്റക്ക് അലയുകയോ ഗൂഗിളിൽ ജേർണലിസം സംബന്ധമായ വിവരങ്ങളിൽ മുങ്ങിത്തപ്പി നടക്കുകയോ ആവും. കണ്ണിൽപ്പെടുന്ന, മനസ്സിലുടക്കുന്ന ദൃശ്യങ്ങൾ ഷൂട്ട് ചെയ്യും. ബ്രിട്ടീഷ് ഇറാനിയൻ പത്രപ്രവർത്തകയും ടെലിവിഷൻ അവതാരികയുമായ ക്രിസ്ത്യാനെ അമൻപോറിനെ പോലെ ഒരു ജേർണലിസ്റ്റ്, അതായിരുന്നു എലീന്റെ സ്വപ്നം.

സോഫി ഇടക്കിടയ്ക്ക് വിളിക്കും, വീട്ടിലേക്ക് വരാൻ. അവളുടെ നിർബന്ധത്തിന് വഴങ്ങി അവരുടെ വീട്ടിലേക്കു പോയ ഒരു സന്ദർഭത്തിലാണ് ലക്ഷ്യബോധമുള്ള ഒരു ജേർണലിസ്റ്റ് ഉണരുന്നത്. സോഫിയുടെ അയൽക്കാരനും മദ്യപാനിയുമായ ആന്റണി എന്നൊരാൾ തന്റെ രണ്ടാമത്തെ മകളെ പട്ടിണിക്കിട്ട് ദേഹോപദ്രവമേൽപ്പിക്കുന്നത് കണ്ട് അവളിലെ പത്രപ്രവർത്തക ഉണർന്നു. യഥാർത്ഥത്തിൽ ആ പെൺകുട്ടിയുടെ രണ്ടാനച്ഛനായിരുന്നു അയാൾ. സോഫി പോലും അറിയാതെ എലീൻ നടത്തിയ അന്വേഷണങ്ങളും അവൾ എഴുതിയ റിപ്പോർട്ടുകളും ആ പെൺകുട്ടിക്ക് നീതി ലഭിക്കാൻ കാരണമായി. ഈ സംഭവത്തിനു ശേഷം പല കുട്ടികളും സ്കൂൾ കൗൺസിലിങ്ങുകളിലൂടെ തങ്ങളുടെ പ്രശ്നങ്ങൾ ധൈര്യപൂർവ്വം വെളിപ്പെടുത്താനാരംഭിച്ചു.

യൂണിവേഴ്സിറ്റിയിൽ താരമായി മാറിയ അവൾക്ക് അങ്ങനെയാണ് സ്റ്റുഡന്റ് പ്രോഗ്രാമിന്റെ ഭാഗമായി ഒരു സെമസ്റ്റർ കാലം ഇന്ത്യയിൽ ഡൽഹി യൂണിവേഴ്സിറ്റിയിൽ ചിലവഴിക്കാൻ അവസരം ലഭിക്കുന്നത്. ഡൽഹിയിലെ നാഷനൽ ചാനലിൽ പത്രപ്രവർത്തകയായ വിജയലക്ഷ്മിയുമായി അടുത്ത സൗഹൃദം പുലർത്തിയിരുന്ന അവൾക്ക് വിജിയുടെ ഒപ്പം പ്രായോഗിക പത്രപ്രവർത്തനത്തിൽ കൂടുതൽ പരിശീലനം കിട്ടുമെന്നതും അവളെ അതിരറ്റ് സന്തോഷിപ്പിച്ചു.

പാലക്കാട് തമിഴ്നാട് അതിർത്തിയിലെ വാളയാറിൽ നിന്നാണ് വിജി വരുന്നത്. ദളിത് കുടുംബം. തന്റെ സമൂഹത്തിൽ നിന്നും എതിർപ്പുകളെ നേരിട്ടാണ് വിജി പത്രപ്രവർത്തന മേഖലയിലേക്ക് എത്തുന്നത്. എലീന്റെ

വൈറലായ റിപ്പോർട്ടും വീഡിയോയും കണ്ട വിജി എലീന് ഫേസ്ബുക്കിൽ ഫ്രണ്ട് റിക്വസ്റ്റ് അയക്കുകയും പിന്നീട് അവർ തമ്മിൽ നല്ല സൗഹൃദം ഉടലെടുക്കുകയും ചെയ്തു.

ഡൽഹിയിൽ നിന്ന് പുഷ്കറിലേക്ക് വിജിയുമൊത്തുള്ള യാത്രാവേളയിലാണ് വിജിയുടെ വാക്കുകളിലൂടെ ജരിതയെ എലീൻ പരിചയപ്പെടുന്നത്.

രണ്ടു വർഷം മുന്നേ ദീവാലീത്തലേന്നാണ് മൂത്തമകൾ 14 വയസ്സുകാരി നീലം, അവളെ തരിശുപാടത്തിൽ ചവച്ചുതുപ്പിയ കരിമ്പിൻ ചണ്ടി പോലെ കണ്ടത്. ക്രൂരമായി ബലാൽസംഗം ചെയ്യുന്നതിനിടക്കാണ് അവൾ മരണപ്പെട്ടത് എന്നായിരുന്നു പോസ്റ്റ്മോർട്ടം റിപ്പോർട്ട്.

ഗ്രാമത്തിലെ ജമീന്ദാരുടെ മകനും പട്ടണത്തിൽനിന്നു വന്ന അവന്റെ മൂന്ന് കൂട്ടുകാരുടേയും ദീവാലിമധുരമായിരുന്നു നീലം. അത് പകൽ പോലെ വ്യക്തമായിരുന്നു. പോലീസ് സ്റ്റേഷനിൽ ജരിത ഒറ്റക്കാണ് പോയത്. പിന്നീടാണ് മനുഷ്യാവകാശ പ്രവർത്തകരായ ആ ദമ്പതിമാരെ അവൾക്ക് കൂട്ടു കിട്ടുന്നത്. അവർ വഴി സംഭവം പുറം ലോകം അറിഞ്ഞു. ജമീന്ദാറുടെ മകനും കൂട്ടുകാരും അറസ്റ്റ് ചെയ്യപ്പെട്ടു.പക്ഷെ മൂന്നാം ദിവസം അവർ ജാമ്യത്തിൽ പുറത്തുവന്നു. ജരിതയുടെ രണ്ടാമത്തെ മകൾ നയൻ എന്ന ഒമ്പതുവയസ്സുകാരിയെ ബലാൽസംഗം ചെയത് കൊന്ന് നീലം കിടന്ന അതേ സ്ഥലത്ത് വലിച്ചെറിഞ്ഞാണ് അവർ ജയിലിൽ നിന്നുള്ള തിരിച്ചുവരവ് ആഘോഷിച്ചത്.

ഒന്നും നഷ്ടപ്പെടാനില്ലാത്ത ജരിത രണ്ടും കൽപ്പിച്ച് പടയ്ക്കിറങ്ങി. ആരൊക്കെയോ സഹായിക്കാനായി വന്നു കൂടി. നാല് പയ്യൻമാരേയും കോടതി റിമാന്റ് ചെയ്ത് ജയിലേക്കയച്ചു. വേറേ നിവൃത്തിയില്ലായിരുന്നു. ജരിതയെ രാജസ്ഥാനിലെ പത്രങ്ങൾ മുഴുവൻ ചർച്ച ചെയ്ത് തുടങ്ങിയിരുന്നു.

അതിവേഗക്കോടതി വേഗത്തിൽതന്നെ കേസ് വിചാരണ ചെയ്ത് അവസാനിപ്പിച്ചു.

(പട)പുറപ്പാട്

ചാനൽ മൈക്കുകൾക്കു മുന്നിൽ ജരിത പതറാതെ പറഞ്ഞു തുടങ്ങി. പുറകിൽനിന്നല്ല മുൻപിൽ നിന്നു തന്നെ ആ പിശാചുക്കളെ കുത്താൻ ഞാൻ ശ്രമിച്ചു പക്ഷെ അവർക്കതേറ്റില്ല. അവർ തിരിച്ച് എന്നെ കുത്താൻ വരുന്നുണ്ട്. മിക്കവാറും എന്റെ മക്കൾ കിടന്നിടത്ത് എന്റെ ശവശരീരവും നാളെ കാണപ്പെടാം പക്ഷെ അതുവരെ ഞാൻ പൊരുതും. അതേ എനിക്കിനി ചെയ്യാനുള്ളൂ.

സംസാരം അവസാനിപ്പിച്ച് പത്രക്കാരെ തള്ളിമാറ്റി അവൾ മുന്നിലെ ജൂസ് കടയുടെ നേർക്ക് നടന്നു. അവിടെ കണ്ട സ്റ്റൂൾ വലിച്ചിട്ട് അതിലിരുന്ന് കടക്കാരനോട് പറഞ്ഞു.

ഭയ്യാ ഏക് നീംബൂപാനി ടംഡാ കർകേ.

പാഠ്യഭേദം

ഏകാന്തതയുടെ നൂറ് വർഷങ്ങളിലൂടെ കടത്തിവിട്ട ആ സാഹിത്യ കാരൻ പൊട്ടിച്ചിരിച്ചുകൊണ്ടു നിൽക്കുന്ന ഒരു സ്ത്രീയുടെ അടുത്തു ചെന്ന് ചോദിച്ചു എന്താണ് നിങ്ങളെ അലട്ടുന്ന ദുഃഖം എന്ന്. അതു കേട്ട് ആ സ്ത്രീ പൊട്ടിക്കരഞ്ഞു എന്ന് എലീൻ വായിച്ചിട്ടുണ്ട്. ക്യാമറയുടെ നേർക്ക് കൃത്രിമ ച്ചിരിയുമായി നിൽക്കുന്ന ജരിതയുടെ ദുഃഖം എലീന് തൊട്ടറിയാൻ കഴിഞ്ഞു.

എലീന് മനസ്സിലായി എങ്ങനെയാണ് മനുഷ്യർക്ക് ഉള്ളിൽ കര ഞ്ഞുകൊണ്ട് പുറമേ ചിരിക്കാൻ പറ്റുക എന്നത്. ആ വിദ്യ ജരിത താനറിയാതെ എലീനേയും പഠിപ്പിക്കുകയായിരുന്നു. ഇതിലുമപ്പുറത്തേക്ക് ഇനി തനിക്ക് കാണാൻ കാഴ്ചകളൊന്നും അവശേഷിക്കുന്നില്ല എന്ന് തിരിച്ചറിഞ്ഞ അവൾ അഡ്ലൈഡിലേക്ക് പോകുന്ന വിമാനങ്ങളുടെ സമയവിവര പട്ടികയുടെ വിവ രങ്ങളിലേക്ക് ഊർന്നു പോയി.

കഥ വന്ന വഴി

സംസ്ഥാന സർക്കാർ ഭരണഭാഷാവാരാചരണവുമായി ബന്ധപ്പെട്ട് 2019 ഡിസംബറിൽ എറണാകുളം ജില്ലാതലത്തിൽ സംഘടിപ്പിച്ച ചെറുകഥാ മൽസര ത്തിന് എഴുതിയ ചെറുകഥയാണ് കിശോരി. മഹാഭാരതത്തിലെ ഒരു കഥാപ ാത്രപ്പേരായാൽ നന്ന് എന്ന സുമേഷ് നാരായണന്റെ (അഡ്ലൈഡിൽ താമ സിക്കുന്ന സുമേഷാണ് എലീന്റെ പശ്ചാത്തലം ഒരുക്കാൻ സഹായിച്ചത്. നന്ദി, സ്നേഹം സുമേഷ്) നിർദ്ദേശം കണക്കിലെടുത്താണ് കിശോരിയെ ജരിത എന്ന് പേര് മാറ്റിയത്. ജരിത, മന്ദപാലൻ എന്ന സാരംഗപ്പക്ഷിയുടെ ഇണയാണ്. കഥ കളിയുടെ ചടങ്ങുകൾ ഒരു സബ് ടൈറ്റിലാക്കി കൊടുത്തത് ഒരു പരീക്ഷണ ശ്രമം. എഴുന്നേറ്റ് രണ്ടടി പോലും നടക്കാനാവതില്ലാത്ത ആ നാലുമാസത്തെ വേദനക്കാലത്ത് വായനയും ലാപ്പ്ടോപ്പിൽ സിനിമകാണലും മാത്രമായിരുന്നു ദിനചര്യ. ലീവ് കഴിഞ്ഞ് രണ്ടു ദിവസത്തിനുള്ളിൽ എറണാകുളം ഡെപ്യൂട്ടി ഡയറക്ടറുടെ ഓഫീസിൽ പോയി ഒരു മണിക്കൂർ സമയം കൊണ്ട് എഴുതിയ കഥയാണ് ഇത്. ആദ്യമായി എഴുതിയ കഥ, അതിന് രണ്ടാം സ്ഥാനം ലഭിച്ചു. അങ്ങനെയാണ് കഥയെഴുത്തുകാരനായത്.

കിശോരി എഴുതുമ്പോൾ വാളയാർ സംഭവം മാത്രമായിരുന്നു മനസ്സിൽ .കരഞ്ഞു കൊണ്ട് ചിരിക്കുന്നവർ എന്ന തലക്കെട്ട് മൽസരത്തിന് തന്നപ്പോൾ വാളയാറമ്മ മനസ്സിൽ കരഞ്ഞുകൊണ്ടിരിക്കുന്നുണ്ടായിരുന്നു.

ഒരു ക്ലീഷേ പീഢനക്കഥയായി കിശോരിയെ നിങ്ങൾ വിലയിരു ത്തിയേക്കാമെങ്കിലും എഴുതിയ ആദ്യകഥ എന്ന വൈകാരികത 'അവളിടങ്ങളിൽ' ഒന്നായി കിശോരിയെ കൂട്ടാൻ എന്നെ നിർബന്ധിക്കുന്നു. സദയം ക്ഷമിക്കുക.

വേദനക്കാലത്ത് കട്ടിലിനരികിൽ ഭക്ഷണവും വെള്ളവും സമയാസമയങ്ങ ളിൽ എത്തിച്ച കൂടെപിറക്കാത്ത ചേച്ചി ശാന്താക്കാവിനേയും അളിയൻ അയ്യപ്പ നത്തിമ്പാരിനേയും 'ജരിത'ക്കൊപ്പം ചേർത്തുവെയ്ക്കുന്നു.

പെർഗുമ്തോ മലയിലെ പെൺപൂക്കും മരം

ഞങ്ങൾ നാലു പേർ. ഞാൻ ഋതു മുംബെയിൽ നിന്ന്, രണ്ടാമൻ വസന്ത് തിരുനൽവേലിക്കാരൻ, പിന്നെ കേരളത്തിലെ ആറന്മുളയിൽ നിന്നും ഗ്രീഷ്മയും ഹേമന്ദും. ഞങ്ങൾ നടത്തിയ വ്യത്യസ്ഥമായ ഒരു യാത്രയുടെ കഥയാണ് നാൽവർ സംഘം പറയാൻ പോകുന്നത്.

എന്റെ കയ്യക്ഷരം നല്ലതാണ്, അതിനാൽ ഞാനെഴുതിയതാണ് നിങ്ങൾ വായിക്കുക. ഞങ്ങളുടെ അനുഭവക്കുറിപ്പുകൾ തയ്യാറാക്കിയത് ഗ്രീഷ്മയും ഹേമന്ദും ചേർന്നാണ്.വസന്ത് അത് എഡിറ്റ് ചെയ്ത് അവിടെ നിന്ന് കിട്ടിയ ഒരു മരപ്പെട്ടിക്കുള്ളിൽ വെച്ച് വെള്ളം കേറാതെ പച്ചിലകൾ കൊണ്ട് പൊതിഞ്ഞ് കാട്ടുവള്ളികൾ കൊണ്ട് ചുറ്റിവരിഞ്ഞ് പെർഗുമ്തോ മലയിൽ നിന്ന് പുറപ്പെടുന്ന പച്ചനദിയിലൊഴുക്കി. ആ പെട്ടി നദിയിലുടെ ഒഴുകിയൊഴുകി താഴ്വാരത്തിലെത്തുമ്പോൾ അത് ശ്രദ്ധയിൽപ്പെടുന്ന ആരെങ്കിലും അതെടുത്ത് തുറന്ന് ഞങ്ങൾ നാലുപേരും ചേർന്നെഴുതിയ ഈ കുറിപ്പ് വായിക്കും എന്നൊരു കച്ചിത്തുരുമ്പിനോളം പോന്ന ഒരു പ്രതീക്ഷ ഞങ്ങൾക്കുണ്ട്. ഒരുപക്ഷേ, ഞങ്ങളിവിടെത്തന്നെ ഒടുങ്ങിയാൽ ഞങ്ങൾക്ക് എന്തു സംഭവിച്ചു എന്ന ലോകത്തെ അറിയിക്കാൻ ഒരു ചെറിയ ശ്രമം.

പച്ച നദിയിൽ ഈ പെട്ടി ഒഴുക്കിയശേഷം മിക്കവാറും ഞങ്ങളുടെ ജീവൻ വരെ നഷ്ടമായേക്കാവുന്ന പ്രവൃത്തിയിലേക്ക് ഞങ്ങൾ നീങ്ങും. കുറച്ചു ദിവസങ്ങളായി അവരുടെ തടവിലായിരുന്നു നാൽവർസംഘം. ജീവൻ നിലനിർത്താൻ മാത്രം ഭക്ഷണവും വെള്ളവും തന്ന് ഞങ്ങളെ ഇങ്ങനെ കൊല്ലാതെ ഇട്ടത് എന്തായാലും നന്നായി. പേപ്പറും പേനയും ബാഗിലുണ്ടായിരുന്നു. പ്രകൃതി തന്നെ മെനഞ്ഞെടുത്ത അത്യാവശ്യം മാത്രം കാറ്റും വെളിച്ചവും കടന്നുവരുന്ന ഗുഹക്കുള്ളിൽ വെച്ച് മങ്ങിയ വെളിച്ചത്തിലിരുന്നാണ് കഴിഞ്ഞ നാലു ദിവസം കൊണ്ട് ഈ കുറിപ്പ് പൂർത്തിയാക്കിയത്.

അവർക്ക് ആ മരം അമ്മയോ ഭാര്യയോ സഹോദരിയോ ഒക്കെ ആയിരുന്നു, അല്ല ആണ്. ആ മരത്തെയാണ് ഞങ്ങൾ ഉൻമൂലനം ചെയ്യാൻ ഉദ്ദേശിക്കുന്നത്. ഞങ്ങളെ തടവിൽ നിന്നും രക്ഷപ്പെടുത്തി താഴ്വരയിലേക്കെത്തിക്കാൻ ശ്രമിച്ചത് അവരുടെ തന്നെ കുഞ്ഞുങ്ങളും. വസന്താണ് ആ ഉറച്ച തീരുമാനം പ്രഖ്യാപിച്ചത്. രക്ഷപ്പെടുന്നതിനു മുൻപ് ആ മരം നശിപ്പിച്ചശേഷമേ താഴ്വരയിലേക്ക് ഇറങ്ങൂ എന്ന്. ഞങ്ങൾക്കും മറിച്ചൊരഭിപ്രായം ഉണ്ടായിരുന്നില്ല. ഞങ്ങളും അവനോട് ചേർന്ന് തന്നെ നിന്നു.

യാത്ര എന്നു പറയുന്നത് ഒരു തരം വട്ടു പോലെയുള്ള നാലുപേർ, യാത്രകളുമായി ബന്ധപ്പെട്ട ഒരു ട്രാവൽ പേജ് വഴിയാണ് പരസ്പരം പരിചയപ്പെടുന്നത്. സാധാരണ വിനോദസഞ്ചാരിക്കൂട്ടം പെരുകുന്ന സ്ഥലങ്ങളല്ല നാലുപേരുടേയും ഫോക്കസ്സ് എന്നത് പെട്ടന്ന് തമ്മിൽ അടുക്കാൻ ഉപകരിച്ചു.

ഗ്രീഷ്മയും ഹേമന്ദും പണ്ടേ ഒരുമിച്ചാണ് യാത്രകൾ. എനിക്ക് വസന്തിനേയും കൂട്ടായി കിട്ടിയതോടെ ക്വാറം തികഞ്ഞു. രണ്ട് ബുള്ളറ്റിൽ രണ്ടു പേർ വീതം, മൊത്തം നാലു പേർ ചേർന്ന് നാൽവർ സംഘം രൂപീകരിക്കപ്പെട്ടു. ഞങ്ങൾ നാലു പേരും ഓഫ്റോഡിൽ ഉൾപ്പെടെ നന്നായി ബുള്ളറ്റ് കൈകാര്യം ചെയ്യാൻ അറിയുന്നവർ. വണ്ടി കേടായി വഴിയിൽ കിടന്നാലും അത്യാവശ്യം മെക്കാനിക്ക് പണിയും എല്ലാവർക്കും വശമുണ്ട്. ഞാൻ ഒരു സ്റ്റോക്ക്/ഷെയർ ബ്രോക്കറാണ്. മുംബൈ സ്റ്റോക്ക് എക്ചേഞ്ചിൽ. യാത്ര വേളകളിൽ എന്റെ ഷെയർമാർക്കറ്റ് കാര്യങ്ങൾ പാപ്പാ നോക്കിക്കോളും, വസന്ത് തിരക്കഥാകൃത്തും സംവിധായകനുമാണ്. ഗ്രീഷ്മയും ഹേമന്ദും ബൈക്ക് റേസിങ്ങിനും റൈഡിനും പോകുന്ന ബുള്ളറ്റുകൾ ഫിക്സ് ചെയ്യുന്ന ഷോപ്പ് നടത്തുന്നു, ബാഗ്ലൂരിൽ.

നാൽവർസംഘത്തിന്റെ കന്നിയാത്ര കന്യാകുമാരിയിലെ വിവേകാനന്ദപ്പാറയിൽ തുടങ്ങി, കേരളത്തിലൂടെ ലഡാക്ക് വരെ 50 ദിവസങ്ങളോളം നീണ്ടൊരു യാത്ര. യാത്രകളുടെ ഏകദേശ പ്ലാനും ഷെഡ്യൂളും മാത്രമേ ഞങ്ങൾ തയ്യാറാക്കൂ. അപ്പപ്പോൾ സംഭവിക്കുന്ന കാര്യങ്ങളിലൂടെ യാത്ര ആസ്വദിച്ചാണ് ഞങ്ങൾ യാത്ര അനുഭവമാക്കാറ്. കന്നിയാത്ര വിജയകരമായി പൂർത്തിയാക്കിയതോടെ നാലുപേരുടേയും മനസ്സുകളെല്ലാം പൂർണ്ണമായും ഒരേ തരംഗദൈർഘ്യത്തിലായി. ഇനി എല്ലാ യാത്രകളും ഒരുമിച്ച്, എന്ന തീരുമാനത്തോടെയാണ് നാൽവർസംഘം അന്ന് പിരിഞ്ഞത്.

ഗ്രീഷ്മയുടേയും ഹേമന്ദിന്റേയും അഭിപ്രായത്തിൽ അറിയപ്പെടാത്ത സ്ഥലങ്ങളിലേക്കുള്ള യാത്രകൾ ചെയ്യണമെങ്കിൽ ഏഴു സഹോദരിമാരുടെ നാടുകളിലാണ് അവ സംഭവിക്കേണ്ടത് എന്നാണ്. ഇന്ത്യയുടെ വടക്കിഴക്കൻ സംസ്ഥാനങ്ങൾ, അരുണാചൽ പ്രദേശ്, അസം, മണിപ്പൂർ, മേഘാലയ, മിസോറം, നാഗാലാൻഡ്, ത്രിപുര ഇവിടെയൊക്കെയാണ് ഇനി സഞ്ചരിക്കേണ്ടത്. കേരളമാകെയും അയൽസംസ്ഥാനങ്ങളായ തമിഴ്നാടും കർണ്ണാടകയും അവർ പലവട്ടം കണ്ടുകഴിഞ്ഞു. വടക്കേ ഇന്ത്യയിൽ മൂന്നു പ്രാവശ്യവും ചുറ്റി. ഇനി ഇന്ത്യയുടെ വടക്കുകിഴക്കൻ സംസ്ഥാനങ്ങളാണ് ലക്ഷ്യം. ഒരു പ്രാവശ്യം ഉത്തരാഞ്ചലിൽ, പിന്നെ ഒരു ആസാം യാത്ര, അത് ഗുവഹത്തി വരെ. അതാണ് അവരുടെ വടക്കുകിഴക്കൻ സംസ്ഥാനയാത്രാ പരിചയം. കൂടെ ഏഴു സഹോദരിമാരെ പറ്റി അറിയാൻ ചെയ്ത ചിട്ടയായ ഗൃഹപാഠങ്ങളും. ഉത്തരാഞ്ചലിൽ വെച്ച് പരിചയപ്പെട്ട ചിംഗ്ടു എന്ന ബുദ്ധസന്യാസിയിൽ നിന്നാണ് അവർ ആ സ്ഥലത്തെ പറ്റി കേൾക്കുന്നത്.

സദാ സമയവും മൂടൽ മഞ്ഞിനാൽ പൊതിയപ്പെട്ട, നിഗൂഢതകൾ നിറഞ്ഞ, മനുഷ്യർക്ക് എത്തിപ്പെടാൻ അസാദ്ധ്യമായ ആ സ്ഥലം.

'പെർഗുമ്തോ മല'

അതായിരുന്നു നാൽവർ സംഘത്തിന്റെ ഇത്തവണത്തെ പ്രത്യേക ലക്ഷ്യസ്ഥാനം.

എന്റെ ഇരുപത്തിരണ്ടാമത്തെ പിറന്നാളിന്റെ തലേന്ന് താനെയിലെ

എന്റെ വീട്ടിൽ മൂവർസംഘം എത്തി. ബാംഗ്ലൂരിൽ നിന്ന് ഫ്ളൈറ്റ് വഴി ഗ്രീഷ്മയും ഹേമന്ദും വന്നു. പാർസലായി ബുള്ളറ്റ് സെൻട്രൽ സ്റ്റേഷനിലുമെത്തി. ഗ്രീഷ്മയെ എന്റെ വീട്ടിലാക്കി ഹേമന്ദ് റെയിൽവേ സ്റ്റേഷനിൽ പോയി ബുള്ളറ്റ് ഡെലിവറി എടുത്ത് തിരിച്ചുവരുമ്പോഴേക്ക് വസന്തുമെത്തി. അവൻ തിരുനൽവേലിയിൽ നിന്ന് ബൈക്കോടിച്ചു തന്നെയാണ് വന്നത്. പാപ്പായോടും മാജിയോടും അവർ പെട്ടന്ന് അടുത്തു. അന്തർമുഖനായ വസന്ത് പ്രത്യേകിച്ചും. ഞങ്ങൾ മാത്രമുള്ള ചെറിയ ഒരു പിറന്നാളാഘോഷത്തിന്റെ പിറ്റേന്ന് രാവിലെ ഞങ്ങൾ പുറപ്പെട്ടു. പെർഗുമ്തോ മല എന്ന ലക്ഷ്യത്തിലേക്ക്. വടക്കുകിഴക്കൻ സംസ്ഥാനങ്ങളിലേക്കൊരു രണ്ടു മാസം നീണ്ട യാത്ര എന്നതിനപ്പുറം പാപ്പായ്ക്ക് അറിവൊന്നും ഉണ്ടായിരുന്നില്ല. പെർഗുമ്തോ മല എന്ന കൃത്യമായ ലക്ഷ്യസ്ഥാനം ഞങ്ങൾ നാൽവർസംഘത്തിന് മാത്രം അറിവുള്ള രഹസ്യ പദ്ധതിയായിരുന്നു.

നാഷനൽ ഹൈവേ 27 വഴി ഞങ്ങളുടെ യാത്ര തുടങ്ങി. മുംബെയിൽ നിന്ന് നാസിക്ക് വഴി ഇൻഡോർ, കാൺപൂർ, ഗൊരഖ്പൂർ, കിഷൻഗഞ്ച് കടന്ന് സിലിഗുരിയിലെത്തി, ഭൂട്ടാന്റെ അതിർത്തിപ്രദേശത്തുകൂടെ സഞ്ചരിച്ച് ബമുണ്ടിയിലും. ബമുണ്ടി കഴിഞ്ഞപ്പോൾ ബ്രഹ്മപുത്ര വലതുഭാഗത്ത് ദൃശ്യമായിത്തുടങ്ങി. ഗുവഹട്ടിയിലെത്തുന്നതിനു മുൻപ് 'ചുവന്ന നദി' മുറിച്ചു കടന്നു. സരുപത്തറിൽ നിന്ന് NH 27ൽ നിന്നുമാറി സ്റ്റേറ്റ് ഹൈവേ പതിനാറിലൂടെ 250 കിലോമീറ്റർ സഞ്ചരിച്ച് ദിമാ ഹസാരോ ജില്ല പിടിച്ചു.

15 ദിവസം കൊണ്ട് കാഴ്ചകൾ കണ്ടുകണ്ടുള്ള 3000 കിലോമീറ്റർ സഞ്ചാരത്തിനിടയിൽ രസകരവും വ്യത്യസ്തവുമായ കാഴ്ചകൾ ഏറെയുണ്ടായിരുന്നു. പക്ഷേ, പെർഗുമ്തോ മലയിലെ അനുഭവങ്ങൾ ജീവിതത്തിൽ അപൂർവ്വമായി മാത്രം സംഭവിക്കുന്നവയായിരുന്നു. ദിമാ ഹസാരോ ജില്ലയിലുള്ള വടക്കൻ കാച്ചർ കുന്നുകളിലായിരുന്നു മൂടൽമഞ്ഞിൽ സ്വയം പൊതിഞ്ഞ് ആ മല ഒളിച്ചിരിക്കുന്നത്. ഗ്രീഷ്മയും ഹേമന്ദും ഒരു തവണ ഗുവഹത്തി വരെ റൈഡിന് വന്നിട്ടുണ്ട്. അവരുടെ പ്രത്യേകത സഞ്ചരിക്കുന്ന സ്ഥലങ്ങളിലെ പ്രത്യേകതകളെ പറ്റി പഠിച്ച് നന്നായി ഗൃഹപാഠം ചെയ്താണ് അവർ റൈഡിന് പുറപ്പെടുക. കൂടാതെ ഹേമന്ദ് നന്നായി ഹിന്ദി സംസാരിക്കും. പഹാരി, ഗർവാലി, തുടങ്ങിയ ഭാഷകൾ ഹേമന്ദിന് കേട്ടാൽ ഒരുവിധം മനസ്സിലാകും. ഏഴു സഹോദരിമാരുടെ നാടുകൾ പലതരം പ്രാദേശിക ഭാഷകൾ കൊണ്ട് സമ്പന്നമാണ്.അവരുടെ ആചാരങ്ങളേ പറ്റിയും ഭക്ഷണരീതികളും സംസാര ഭാഷയെ പറ്റിയും ഹേമന്ദിന് ഏകദേശ ധാരണ ഉണ്ടായിരുന്നു.

ഗൂഗിൾ മാപ്പിലൊന്നും പെർഗുമ്തോയെ കാണാനാവില്ല. ആ പേര് തന്നെ ആർക്കും അറിയില്ല. അവിടെയുള്ള ചില ഗോത്രവർഗ്ഗക്കാർ മാത്രം വളരെ ധൈര്യപൂർവ്വം ചില അപൂർവ്വയിനം പച്ചമരുന്നുകൾ ശേഖരിക്കാൻ മല കയറാറുണ്ട്. പക്ഷേ, കാൽ ഭാഗം മാത്രം. അതുവരെ കയറുമ്പോളേക്ക് സ്വന്തം കൈകൾ പോലും കാണാനാവാത്ത തരത്തിൽ കോടമഞ്ഞ് പൊതിയും.

ജീവൻ തന്നെ പണയപ്പെടുത്തിക്കൊണ്ട് ഞങ്ങൾ ആ യാത്ര തുടങ്ങി. പെർഗുമ്തോ കയറാനാണ് ഞങ്ങൾ വന്നിരിക്കുന്നത് എന്നറിഞ്ഞ പ്രാദേശിക വാസികളായ ചിലർ നിരുൽസാഹപ്പെടുത്താൻ നോക്കി. മലക യറാൻ നോക്കിയ ആരും ഇതുവരെ തിരിച്ചു വന്നിട്ടില്ല. പക്ഷെ ഇടയ്ക്ക് കുറച്ച് പെൺകുഞ്ഞുങ്ങൾ കൂട്ടത്തോടെ മലയിറങ്ങി വരാറുണ്ട്. അരോടും സംസാരിക്കാത്ത രുതൻ എന്ന വൃദ്ധനോടൊപ്പം. അമ്പരപ്പിക്കുന്ന ഈ ഒരു വിവരം മാത്രമാണ് പെർഗുമ്തോയെ പറ്റി കിട്ടിയ അറിവ്.

ഇതു കേട്ടപ്പോൾ ഹേമന്ദ് ഉറപ്പിച്ചു. മലമുകളിൽ ജനവാസമുണ്ട്. വിചിത്രമായ ജീവിതരീതികളുള്ള മലയരൻമാരുടെ വർഗ്ഗമാവാനാണ് സാദ്ധ്യത. പെർഗുമ്തോ മലയുടെ താഴ്വരയിലൂടെ ബൈക്കിൽ ഒന്ന് പ്രദക്ഷിണം വെച്ചു. മലയുടെ കിടപ്പിനെ വിലയിരുത്തി. ബൈക്കിൽ പോകാനാവില്ല. ചെറിയ കാട്ടുപാതകൾ മാത്രമേ ഉള്ളൂ. പിൻതിരിയാൻ ഞങ്ങൾ ഒരുക്കമല്ലായിരുന്നു. ബൈക്ക് ഒരു സ്ഥലത്ത് സുരക്ഷിതമായി വെച്ചിട്ട് അത്യാവശ്യ സാമഗ്രികളുമായി ഞങ്ങൾ ആദ്യ ചുവട് വെച്ചു.

വെളുപ്പിനേ മലകയറ്റം തുടങ്ങി, ചെറിയ ഇടുങ്ങിയ ഒറ്റയടിപ്പാത, വലിയ ദേവദാരു മരങ്ങൾ തലയുയർത്തി നിൽക്കുന്നു. ഇടയ്ക്ക് കോടമഞ്ഞ് വന്ന് മൂടും. വഴിയിൽ ചിലയിടങ്ങളിൽ ആപ്പിൾ മരങ്ങൾ, ആപ്പിളുകൾക്ക് അസാധാരണ വലിപ്പം. ഞങ്ങളത് രുചിച്ചു നോക്കി, അസാമാന്യമായ രുചി. വഴിയിൽ ഏതോ മൃഗശബ്ദങ്ങൾ. കാട്ടുവഴി കണ്ടപ്പൊഴേ ഹേമന്ദും ഗ്രീഷ്മയും വീണ്ടും ഉറപ്പിച്ചു. പെർഗുമ്തോ മലയിൽ മനുഷ്യവാസമുണ്ട്. താഴ്വാരത്തിലേക്കൊഴുകുന്ന നദിയിലെ വെള്ളത്തിൽ മുഖം കഴുകി. കുറച്ച് കുടിച്ചു. ക്ഷീണം പമ്പകടന്നു. ഇപ്പോൾ നേരം ഉച്ചയാകാറായി. 15 കിലോമീറ്ററോളം നടന്നു കാണണം. ഇപ്പോൾ മൂടൽമഞ്ഞ് മാറിപ്പോയിരിക്കുന്നു. സമനിരപ്പായ ഒരു സ്ഥലത്തെത്തിയപ്പോൾ നിറയെ പൂക്കൾ.അല്ല പൂക്കളുടെ താഴ്വര, വിഷമുള്ള പാമ്പുകളും ഒരിനം വലിയ തേളുകളും ഇഴഞ്ഞ് പോകുന്നതു കണ്ടു. വെട്ടിയൊരുക്കിയ പോലെ ഒരു കാട്ടുപാത ഇപ്പോഴുമുണ്ട്.

അവിടെ ഉപേക്ഷിച്ച മട്ടിൽ വീണുകിടക്കുന്ന ഒരു മരക്കോപ്പ ഹേമന്ദ് കണ്ടെടുത്തു. ഹേമന്ദും ഗ്രീഷ്മയും അത് സൂക്ഷ്മമായി പരിശോധിച്ചു.

ഇതിനിടക്ക് ചില മനുഷ്യർ ഞങ്ങളെ വളഞ്ഞു. ഞങ്ങളറിഞ്ഞിരുന്നില്ല ഏറെ നേരമായി അവരുടെ നിരീക്ഷണത്തിലാണ് ഞങ്ങളെന്ന്. ഹേമന്ദ് ആ മരക്കോപ്പ കയ്യിലെടുത്ത് മണപ്പിച്ചു നോക്കിയപ്പോൾ അവർ സംശയിച്ചുകാണണം അവരുടെ സാന്നിദ്ധ്യം ഞങ്ങളറിഞ്ഞെന്ന്. അതായിരിക്കണം ഞങ്ങളെ മറഞ്ഞു നിന്നു നിരീക്ഷിച്ചുകൊണ്ടിരുന്ന അവർ പെട്ടെന്ന് പ്രത്യക്ഷപ്പെട്ടത്.

പ്രത്യേക തരം വസ്തുക്കൾ കൊണ്ട് നിർമ്മിച്ച അവർ ധരിച്ചിരുന്നത് തുണിയോ, മരവുരിയോ പച്ചിലയോ ഒന്നുമല്ല, പ്രത്യേക തരം ഡിസൈനും ഞങ്ങളെ വളഞ്ഞ അവർ പരസ്പരം എന്തോ പറഞ്ഞു. മരവടിയിൽ ഉറപ്പിച്ച മൂർച്ചയേറിയ ഇരുമ്പുമുന ദേഹത്ത് മുട്ടിച്ച് വഴിനടത്തിച്ചു.

അവരുടെ തടവറയിലേക്കാണ് ഞങ്ങൾ എത്തപ്പെട്ടത്. ഒരു ഗുഹ. ആദ്യം കൂരിരുട്ടായിരുന്നു ഗുഹയിൽ. കണ്ണുകൾ ഇരുട്ടുമായി പൊരുത്തപ്പെട്ടപ്പോൾ ഞങ്ങളെ അമ്പരപ്പിച്ചുകൊണ്ട് അഞ്ചാമതൊരാളിന്റെ സാന്നിദ്ധ്യം തിരിച്ചറിഞ്ഞു.

ലാലാച്ചി, അങ്ങനെയായിരുന്നു അയാൾ സ്വയം പരിചയപ്പെടുത്തിയത്. ജടപിടിച്ച താടിയും മുടിയും ഏറെ നാളായി അയാളവിടുണ്ട് എന്ന് വിളിച്ചു പറഞ്ഞു. ശുദ്ധമായ ഹിന്ദിയിൽ അയാൾ സംസാരിച്ചുതുടങ്ങി. നിധി തേടി എത്തി ഇവരുടെ തടവുകാരായതാണോ എന്നായിരുന്നു ആദ്യ ചോദ്യം. ഞങ്ങൾ വെറും സഞ്ചാരികൾ മാത്രമാണ് എന്ന് പൂർണ്ണമായും ബോദ്ധ്യമായതോടെ അയാൾ സംസാരിച്ചു തുടങ്ങി. ദിമാ ഹസാവോ ജില്ലയിലെ ബിയേറ്റ് ജനതയുടെ വാമൊഴി സംസാരഭാഷയായ ബിയേറ്റ് പോലെ ഒരു വാമൊഴി ഭാഷയാണ് ഖുൽമ. ഈ ഭാഷയുടെ പ്രാകൃതമായ രീതിയിലുള്ള വാമൊഴി ഭാഷയാണ് ഈ വിചിത്ര മലയരയ സമുദായത്തിന്റേത്. ഇവർ രാംപതിയൻ എന്ന വനദേവനെ ആരാധിക്കുന്നവരാണ്. പാർസെം കുട്ട് എന്നറിയപ്പെടുന്ന പൂക്കൾ വിതരണം ചെയ്യപ്പെടുന്ന ആഘോഷം ഇവർക്ക് പ്രധാനമാണ്. കേരളത്തിലെ ജനങ്ങൾ ഓണത്തിന് മുറ്റത്ത് വലിയ പൂക്കളം തീർത്ത് ആഘോഷിക്കുന്നപോലെ. റൂബുഖാറ്റ്, എന്നത് വളർത്തുമൃഗങ്ങളെ ബഹുമാനിക്കുന്ന ചടങ്ങാണ്. തമിഴ്നാട്ടിൽ മാട്ടുപ്പൊങ്കലിന് വളർത്തുമൃഗങ്ങളെ പൂജിക്കുന്നത് കേട്ടിട്ടില്ലേ. അതു പോലെ. 'സൂ' എന്നറിയപ്പെടുന്ന റൈസ് ബിയറാണ് ഇവരുടെ പ്രധാന പാനീയം.

'പെൺപൂക്കും മരം'

അതാണിവിടുത്തെ പ്രത്യേകത, ലാലാച്ചി തുടർന്നു.

ശാഖകളില്ലാത്ത ഒറ്റത്തടി വൃക്ഷം, അതാണ് പെൺപൂക്കുന്ന മരം. ഇവരുടെ കൽപ്പവൃക്ഷം. അതിൽ നിന്നാണ് പെണ്ണ് പൂത്തിറങ്ങി വരുക. അതിന്റെ ചുവട്ടിലാണ് നിധി, അങ്ങനെയാണ് ലാലാച്ചിയുടെ വിശ്വാസം. ഇവിടെ നിധി തേടി വരുന്നവരുടെയെല്ലാം വിശ്വാസമതാണ്. പക്ഷെ അവർ തിരിച്ച് മലയിറങ്ങില്ല. എന്നെപ്പോലെ ഇവിടെ ഇവരുടെ തടവറയിൽ ജീവിതകാലം മുഴുവൻ കഴിയണം. ആദ്യമായാണ് നാലു പേർ ചേർന്ന ഒരു ചെറുസംഘം മലകയറി വരുന്നത്. പ്രത്യേകിച്ച് സ്ത്രീകൾ ഉൾപ്പെട്ട സംഘം.

വിവാഹപ്രായമായ യുവാവ് പെൺപൂക്കും മരത്തിൻ ചോട്ടിലെത്തും. അതിന്റെ ചുവട്ടിൽ അൽപ്പാഹാരം കഴിച്ച് കഠിനവ്രതം. ഇരുപത്തൊന്നാം ദിവസം മൂപ്പൻ അണിയിച്ച തിലകമണിഞ്ഞ് അവൻ മരത്തിലേക്ക് കയറും. വ്രതം തുടങ്ങുന്ന അന്നു തന്നെ അങ്ങ് മരത്തിൻ ഉച്ചിയിൽ പെണ്ണ് മൊട്ടിട്ട് തുടങ്ങിക്കാണും എന്നാണ് അവരുടെ വിശ്വാസം. മരത്തിൽ കയറി കാത്തിരിപ്പാണ് പിന്നെ അടുത്ത സൂര്യോദയത്തിന് മൊട്ടുവിരിഞ്ഞ് പെണ്ണ് മരമിറങ്ങിവരും. വരന്റെ വ്രതത്തിന്റെ കാഠിന്യമനുസരിച്ച് പെൺപൂക്കും മരമിറങ്ങി വരുന്ന പെണ്ണിന് സൗന്ദര്യം കൂടും. അവളുടെ കയ്യിൽ

പെൺമരത്തിലെ ഇലകൾ കൊരുത്ത മാല. അവൾ അവന്റെ കഴുത്തിൽ ആ മാല അണിയിക്കും. അവളുടെ കൈ പിടിച്ച് അവൻ മരമിറങ്ങിവരും .ഇങ്ങനെയാണ് പെൺമൊട്ട് വിരിഞ്ഞ പെണ്ണിന്റേയും അവൾ ഇലമാലയിട്ട ആണിന്റേയും വിവാഹാഘോഷം. ഈ പതിവ് ഇതുവരെ തെറ്റിയിട്ടില്ലത്രേ.

ലാലാച്ചി പറഞ്ഞുകൊണ്ടിരുന്നു.

പെൺപൂക്കും മരത്തിൽ നിന്നറിങ്ങി വന്ന പെണ്ണ് വരനെ സ്വീകരിച്ച് കുടുംബജീവിതം ആരംഭിക്കും. പക്ഷേ, അവൾ പ്രസവിക്കുന്നത് പെൺ കുഞ്ഞാണെങ്കിൽ ഇവർ ആ കുഞ്ഞിനെ ഇടക്കിടക്ക് ഇവിടെ വന്നു പോവാൻ സ്വാതന്ത്ര്യമുള്ള ഒരേയൊരു മനുഷ്യൻ, രുതൻ എന്ന വൃദ്ധനോടൊപ്പം മല യിറക്കി വിടും. ആ കുഞ്ഞ് ഋതുമതിയാകുന്നതിന് മുൻപ്, അവൾ ജനിച്ച് കഴിഞ്ഞ് അടുത്ത ദിവസം മുതൽ എപ്പോൾ വേണമെങ്കിലും ആ പെൺകുഞ്ഞ് താഴ്വരയിലേക്ക് ഉപേക്ഷിക്കപ്പെടാം.

ഇതറിഞ്ഞാണ് വസന്ത് പ്രഖ്യാപിക്കുന്നത് ഞാനാ പെൺപൂക്കും മരത്തെ വെട്ടിനിരത്തിയേ ഈ മലയിറങ്ങൂ എന്ന്.അതിന്റെ ചുവടു കിളച്ച് നിധി കൈക്കലാക്കാനല്ല, മറിച്ച് അവിടെ ജനിക്കുന്ന പെൺകുഞ്ഞുങ്ങളെ മലയിറക്കി വിടുക എന്ന അവരുടെ ആചാരത്തിന്റെ കടയ്ക്കൽ കത്തി വെക്കാൻ.

ഇനി കൂടുതലൊന്നും പറയാനില്ല. വസന്തിന്റെ തീരുമാനം പോലെ, അല്ല ഞങ്ങൾ നാലുപേരും ചേർന്ന് തീരുമാനിച്ചപോലെ ഈ കുറിപ്പടങ്ങിയ പെട്ടി പച്ച നദിയിലൊഴുക്കിക്കഴിഞ്ഞ് ആ പെൺപൂക്കും മരത്തിനടുത്തേക്ക് നീങ്ങും. ആ നിസ്സഹായരായ പെൺകുഞ്ഞുങ്ങൾ കൂടെ കൂടും എന്ന് ഞങ്ങൾക്ക് ഉറപ്പുണ്ട്. കുഞ്ഞുങ്ങളുടെ സഹായത്തോടെ അവർ ദീപം തെളിയിക്കാൻ ഉപ യോഗിക്കുന്ന ഒരു തരം മരോട്ടിയെണ്ണ കുറച്ചേറെ സംഘടിപ്പിക്കും. അതിന് നല്ല ജ്വലനശേഷി ഉണ്ടെന്ന് ലാലാച്ചി വഴി മനസ്സിലാക്കിയിട്ടുണ്ട്. എത്ര കണ്ട് ആളിപ്പടരും എന്നത് നിശ്ചയമില്ല. ആ എണ്ണ പെൺമരത്തിന് ചുറ്റും ഒഴിച്ച് തീ കൊടുക്കാനാണ് തീരുമാനം. അത് കെടുത്താൻ ഓടിവരുന്നവരെ കഴിയു ന്നത്ര സമയം തടയാനും.

അങ്ങനെ ആ പെൺപൂക്കും മരം നശിച്ചാലേ ഇവിടുത്തെ പെൺകു ഞ്ഞുങ്ങളെ താഴ്വരയിലേക്ക് വലിച്ചെറിയുന്നത് നിലയ്ക്കൂ. ഉപേക്ഷിക്കാൻ പോകുന്ന ഈ പെൺകുഞ്ഞുങ്ങൾ വഴിയാവണം അവരുടെ വംശവർദ്ധന ഇനി നടക്കേണ്ടത്.

കഥ വന്ന വഴി

ഛായാമുഖി എന്ന നാടകത്തിന്റെ രചനയും സംവിധാനവും നിർവ ഹിച്ച പ്രശാന്ത് നാരായണൻ സാറിന്റെ മകരധ്വജൻ എന്ന നാടകത്തിന്റെ ഓഡീഷൻ വർഷങ്ങൾക്കു മുൻപ് തൃശൂർ സംഗീത നാടക അക്കാദമി ഹാളിൽ നടക്കുന്നു. അവിടുത്ത ഓഡീഷന്റെ ഇടയിലാണ് പ്രശാന്ത് സാർ പെൺ

പൂക്കും മരത്തെക്കുറിച്ച് പറഞ്ഞ് ആ പെൺപൂക്കും മരത്തിൽ നിന്നറിങ്ങി വന്ന പെണ്ണിനു വേണ്ടി പോരടിക്കുന്ന കൌമാരക്കാരൻ മുതൽ പടുവൃദ്ധൻ വരെ അവകാശമുന്നയിക്കുന്നതുമായ ഭാഗം ഞങ്ങളെക്കൊണ്ട് അഭിനയിപ്പിക്കുന്നതും. ആ ആശയത്തെയാണ് പെർഗുമ്തോ മലയിലേക്ക് പറിച്ചു നട്ടത്. പ്രശാന്ത് സാറിന്റെ അസാമാന്യമായ ക്രിയേറ്റിവിറ്റിയെ അത്ഭുതത്തോടെ മാത്രമേ കണ്ടിട്ടുള്ളൂ.

ഗളിവറുടെ യാത്രകൾ, റോബിൻസൺ ക്രൂസോ, ഷൂൾവേണിന്റെ രഹസ്യദ്വീപ്, എസ് കെ യുടെ കാപ്പിരികളുടെ നാട്ടിൽ, M K രാമചന്ദ്രന്റെ കൈലാസ യാത്രാ രചനകൾ, സന്തോഷ് ജോർജ്ജ് കുളങ്ങരയുടെ സഞ്ചാരം എന്ന ദൃശ്യയാത്രാ പരമ്പര ഇതൊക്കെ ഇങ്ങനെയൊരു കഥ എഴുതാൻ പ്രചോദനമായിട്ടുണ്ട്. കൂടെ എന്റെ യാത്ര ചെയ്യാനുള്ള ഇഷ്ടവും.

പെർഗുമ്തോ, നംട്രീ, സൂല, സിൻടോക്കിസൈഡ്, ഡൌ സിങ്ങർ ഡക്കി തുടങ്ങിയ പദങ്ങൾ ജിബ്രിഷ് ഭാഷയാണ്. തിയേറ്റർ വിദ്യാർത്ഥികൾക്ക് ജിബ്രിഷ് സുപരിചിതമാണെങ്കിലും അല്ലാത്തവർക്ക് ബാഹുബലി സിനിമയിലെ കാലകേയൻമാരുടെ ഭാഷ എന്നു പറഞ്ഞാൽ പിടികിട്ടും.

9 788195 037056

Printed at Repro India Ltd.